MW01248450

Wengin
hawaku
unajumı
huu ili ku

Die in Your Sins (Usife katika Dhambi Zako), kinaangazia kifo na kile kilicho baada ya kifo. Tunahitaji Mwokozi ambaye atakuwa akitungoja katika upande mwingine wa kaburi, ambaye anaweza kutuongoza salama na kutufikisha nyumbani. Jina la Mwokozi huyo ni Yesu (Yeshua kwa Kiebrania). Yeye ndiye jibu la maisha ya leo na uzima wa milele. Lakini tunawezaje kumjua Mwokozi huyu na kujihakikishia matokeo mazuri? Jibu liko ndani ya kurasa hizi.

Dkt. H. Dean Haun
Mchungaji Mkuu, Kanisa la First Baptist Church, Morristown, Tennessee
Rais na Mwanzilishi wa kikundi cha, Harvest of Israel
Aliyekuwa Rais wa Tennessee Baptist Convention

Rabi Greg Hershberg ameandika kitabu chenye hatua rahisi za kuchukuliwa na ambacho ni rahisi kusoma na kitakusaidia kuelewa vyema injili na kuimarisha imani yako.

Rabbi Jonathan Bernis
Rais na Afisa Mkuu Mtendaji katika kikundi cha, Jewish Voice Ministries

USIFE KATIKA DHAMBI ZAKO

Maelezo Rahisi ya Habari Bora
Inayojulikana kwa Wanadamu

GREG HERSHBERG

Mtengenezaji wa Jalada: J. Martin

Christian Lingua Translation Services

Aneko Press

www.anekopress.com

Aneko Press, Life Sentence Publishing, na nembo zetu ni alama za biashara za

Life Sentence Publishing, Inc.
203 E. Birch Street
S.L Posta 652
Abbotsford, WI 54405

DINI / Theolojia ya Kikristo / Soteriolojia

Paperback ISBN: 979-8-88936-429-0

eBook ISBN: 979-8-88936-430-6

10   9   8   7   6   5   4   3   2   1

Inapatikana popote ambapo vitabu vinauzwa

YALIYOMO

NILIVYOJULISHWA KUHUSU KIFO

Nakumbuka kana kwamba ilikuwa jana. Nilikuwa nimeketi kwenye beseni la kuogea nikiwa mvulana wa miaka minane nikimsikia mama yangu akilia alipomwambia baba yangu kuwa nyanya yangu amefariki. Ilinihuzunisha sana si tu kumsikia mama yangu akilia, bali kwa kujua kuwa sitamwona nyanya yangu tena. Ingawa nilikuwa ninajua machache sana kuhusu kifo na kufa, nilikuwa najua tosha kwamba alikuwa ameenda milele. Alikuwa babu yangu wa mwisho aliyekuwa hai, na iliniuma sana. Hakuwa tu babu yangu wa mwisho aliyekuwa hai, bali alikuwa pia mtu mzuri mwenye roho ya upole, na kila mara alinifanya nihisi kupendwa.

Hakuna mtu aliyewahi kuzungumza nami kuhusu kifo, na sikuwa nimewahi kuwa na mtu yeyote wa karibu aliyekufa, kwa hivyo sikuwa ninajua mengi kuhusu kile kinachotokea kwa mtu baada ya kifo. Kifo ni mada ambayo wengi wetu hatupendi kuifikiria au kuizungumzia, lakini cha kusikitisha ni kuwa sote tunaathiriwa. Kwa kweli, wengi wetu hupoteza marafiki wengi, wanafamilia, na wapendwa wengine katika maisha yetu yote. Ni ukweli wa kusikitisha ambao hatupendi kuukabili. Hata mtu anapokufa, huwa tunatumia maneno ambayo yatapunguza makali yake. Tunasema mambo kama vile, "Ametuacha," "Yupo mahali pazuri zaidi," au "Ameenda nyumbani." Ukweli wa mambo ni kuwa mtu huyo alikufa.

Kuna sababu nyingi kwa nini watu wengi wanaogopa kufa. Sababu moja ni hofu ya kile wasichokijua. Kifo kinasalia kuwa kitu kisichojulikana kabisa kwa sababu hakuna mtu katika historia ya mwanadamu ambaye ametoka kwa wafu ili kutuambia kile kinachotokea baada ya mtu kuvuta pumzi ya mwisho. Kuna baadhi ya watu huko nje ambao wanadai kuwa wamekufa na kisha kwenda mbinguni au jehanamu, lakini kwa kuwa hakuna uthibitisho wa kisayansi wa kuunga mkono hadithi zao, hazikubaliki sana. Ni asili ya mwanadamu kutaka kujua na kuelewa ulimwengu unaotuzunguka.

Watu wengi wanaogopa wazo kuwa watakoma kabisa kuwepo.

Sababu nyingine ya watu kuogopa kifo ni hofu ya kutokuwepo. Watu wengi wanaogopa wazo kuwa watakoma kabisa kuwepo. Kwa kawaida tunaweza kuhusisha hofu hii na wasioamini kuwa kuna Mungu au wengine ambao hawana imani ya kibinafsi ya kiroho au ya kidini. Hata hivyo, watu wengi wenye imani wana wasiwasi pia kuwa imani yao ya maisha ya baada ya kifo huenda isiwe ya kweli hata au kwamba hawakufanya mambo tosha wakiwa wangali hai kustahili uzima wa milele. Ndiyo, hata watu wa imani wanatatizika na wazo la kifo na maisha ya baada ya kifo.

Kisha kuna hofu ya adhabu ya milele. Sawa na hofu ya kutokuwepo, imani hii haitumiki tu kwa watu wa kidini au waumini wa kweli wa kiroho. Watu wengi, bila kujali imani yao ya kidini au kukosa kwao kuwa na imani ya kiroho, wanaogopa kuwa wataadhibiwa kwa yale waliyofanya au waliyokosa kufanya wakiwa hapa duniani. Wana hisia hii ya asili kuwa watalazimika kulipia makosa yao.

Kuna hofu pia ya kupoteza udhibiti. Asili ya mwanadamu kwa ujumla hutafuta kudhibiti hali tunazokabiliana nazo, lakini kifo kinabaki kuwa kitu ambacho kimsingi hatuna udhibiti juu yake. Hii inatisha watu wengi. Baadhi ya watu wanaweza kujaribu kutumia aina fulani ya udhibiti juu ya kifo kwa kuishi kwa uangalifu sana ili kuepuka hatari au kwa kufanyiwa uchunguzi mkali wa afya mara kwa mara, lakini ukweli wa mambo ni kuwa kila mtu bado atakufa.

Hatimaye, kuna hofu ya nini kitatokea kwa wapendwa wetu. Hofu nyingine ya kawaida sana kuhusu kifo ni wasiwasi wa kile ambacho kitawapata wale walio chini ya uangalizi wetu tukifa. Wazazi, kwa mfano, wanaweza kuwa na wasiwasi kuhusu mtoto mchanga au mtoto mwingine. Wanafamilia ambao humtunza mpendwa wanaweza kuwa na wasiwasi kuwa hakuna mtu mwingine anayeweza kushughulikia mahitaji na matakwa mengi ya mgonjwa wao. Mtu aliye katika wakati wake bora wa maisha anaweza kuogopa wazo la kumwacha mwenzi wake peke yake kwa sababu ya kifo.

Hofu nzuri ya kifo inaweza kutukumbusha kutumia vizuri wakati wetu hapa duniani na sio kutotilia maanani mahusiano yetu hapa. Kuogopa ukweli wa kifo kunaweza pia kutusukuma kufanya kazi kwa bidii ili kuacha urithi wa kudumu. George Bernard Shaw alitoa muhtasari unaofaa wa hili kwa kusema, "Ninataka niwe nimetumika kikamilifu nitakapokufa, kwa kuwa kadiri ninavyofanya kazi kwa bidii, ndivyo ninavyoishi zaidi."[1] Hata hivyo, kifo ni fumbo ambalo linahitaji sana kujadiliwa bila kujali gharama, ikizingatiwa kuwa sote tutakufa.

---

1   George Bernard Shaw, Onyesho la IV la *Man and Superman (Mtu na Mtu aliye na Sifa Zisizo za Kawaida)*, (London: Royal Court Theatre, 1905).

KIFO HAKIEPUKIKI

Ni jambo zuri kuzungumza na watoto wako kuhusu kifo. Wanapofikia umri wa kutosha kuweza kuzungumza nao kuhusu ngono, wana umri wa kutosha kwako kuzungumza nao kuhusu kifo – na ni muhimu sana kwako kufanya hivyo.

Daima nilikuwa mwanamchezo na mpenda mazoezi ya mwili. Hakukuwa na mchezo ambao sikuwa ninacheza. Nilipenda mashindano, na hisia niliyopata kutokana na mazoezi yenyewe. Sikujua kuwa unapofanya mazoezi, ubongo wako hutoa endofini. Endofini ni kemikali (homoni) ambazo mwili wako hutoa unapohisi maumivu au msongo wa mawazo. Hutolewa na mwili wakati wa shughuli za kufurahisha kama vile mazoezi, kula, na shughuli za ngono. Endofini husaidia kupunguza maumivu, kupunguza msongo wa mawazo, na kuboresha hali ya ustawi wa mtu binafsi. Kwa kimsingi endofini ni dawa za asili za kutuliza maumivu. Ni kemikali za kumfanya mtu "kujihisi vizuri" kwa sababu zinaweza kukufanya ujihisi vizuri na kukuweka katika hali nzuri ya akili. Hadi leo, ninahitaji kufanya mazoezi – lakini si sana kwa manufaa ya kimwili, bali ili kupata thawabu ya kujihisi vizuri.

Mke wangu pia alikuwa mwanamchezo shuleni, na baadaye akawa mwalimu wa mazoezi ya mwili yanayojumuisha kucheza dansi au midundo na mkufunzi wa kibinafsi. Kusema kweli, tulikutana kwenye kituo cha mazoezi ya mwili huko New York. Nilikuwa katika kipindi fulani maishani mwangu ambapo nilitaka kubaki mseja. Nilikuwa nimetoka tu kwenye uhusiano ambao nilikuwa nimejitolea ambao haukufanikiwa kwa sababu nyingi, kwa hivyo nilihitaji tu mapumziko kutoka kwenye uhusiano. Lakini mara tu nilipomuona mrembo huyu wa kusisimua nyuma ya dawati la mapokezi la Kituo cha Mazoezi cha Jack LaLanne, na nilikuwa katika hali ya kutojifahamu.

Mara tu tulipofunga ndoa na kuanzisha familia, lilikuwa jambo la kawaida kuwa watoto wetu wangetambulishwa kwa mazoezi kama sehemu ya mtindo wao wa maisha. Niliwashirikisha wanangu katika michezo, na vilevile katika kunyanyua uzani. Kwa hakika walipenda, na wakawa wanaenda jimu mara kwa mara. Punde si punde wakatambua nguvu zao, kwa hiyo walinyanyua kwa nguvu zaidi na uzani mkubwa na kuanza kujenga miili yao – hivi kwamba mara ya mwisho niliposhindana nao mieleka, ukano wangu unaoshikilia mkono kwenye bega ulikatika – na mimi sio mpiganaji wa uzito wa chini. Licha ya ukweli kuwa bega langu halitawahi kuwa jinsi lilivyokuwa hapo awali, nilijivunia juhudi zao. Wakati huohuo, nilihisi kana kwamba walihitaji kujua kuwa siku moja nguvu zao zitaisha na miili yao italala kaburini. Ingawa inasikitisha na kuhuzunisha inavyosikika, ni majadiliano ambayo yanahitaji kufanywa.

Binti zangu walikuwa wanamichezo sana pia. Walifanya mazoezi ya michezo pia na wakawa wanamichezo hodari. Sitaki kuonekana kama mbaguzi wa kijinsia, lakini walianza kutambua sura zao, kwa hiyo, walianza kujipodoa. Walihitaji kujua kwamba siku moja sura hizi zitatoweka na miili yao pia italala kaburini. Wasaidie watoto wako kujua kuwa kutunza miili yao ni muhimu, lakini kutunza nafsi zao ni muhimu zaidi. Ninasikia wazazi wengi wakizungumza kuhusu jinsi watoto wao walivyo werevu na wanamichezo hodari, lakini siwasikii wazazi wengi wakizungumzia jinsi watoto wao walivyo na tabia nzuri ajabu au jinsi walivyo na huruma au jinsi walivyo kama Kristo. Kama vile Biblia inavyosema, *Kwa maana mazoezi ya mwili yana faida kwa sehemu, lakini utauwa una faida katika mambo yote, yaani, unayo ahadi ya uzima wa sasa na ya ule ujao* (1 Timotheo 4:8).

Ni maoni yangu kuwa kila mtu anapaswa kuhudhuria angalau mazishi moja kwa mwaka. Sote tunapenda kwenda kwenye harusi: furaha, shangwe, sherehe – zinafurahisha sana. Harusi zinahusu maisha – na kifo na kufa havipo kwenye harusi. Kwa upande mwingine, kwenda kwenye mazishi hutukumbusha kuwa maisha ni mvuke tu (Yakobo 4:14), na siku moja maisha yetu wenyewe yatatoweka pia. Katika mazishi, kifo hukupiga moja kwa moja usoni; huwezi kukikwepa. Ninaposikia tangazo kuwa mtu fulani amekufa, ninajaribu kukumbuka kuwa siku moja mtu huyo atakuwa mimi.

Kwenda kwenye mazishi hutukumbusha kuwa maisha ni mvuke, na siku moja maisha yetu binafsi yatatoweka.

Nilipata ladha halisi ya ufupi wa maisha mapema mapema. Mababu wangu wote wawili walikuwa wamekufa kabla sijazaliwa, kwa hiyo sikuwahi kukutana nao. Nyanya wangu wawili walikufa kabla sijafika umri wa miaka kumi.

Kifo kiliniathiri sana nikiwa na umri wa miaka kumi na tano baba yangu alipokufa. Baba yangu alikuwa na maisha magumu sana. Alimpoteza baba yake alipokuwa mdogo sana. Miaka michache tu baadaye, akiwa na umri wa miaka kumi, Mshuko Mkubwa wa Kiuchumi wa 1929 ukampata. Hakuwahi kufurahia kile ninachoweza kuita maisha ya kawaida ya utotoni. Katika umri wa miaka ishirini na moja, alijiunga na Jeshi ili kupigana katika Vita vya Pili vya Dunia. Alizawadiwa Nyota ya Shaba kwa ushujaa, na akapokea Moyo wa Zambarau pia. Aliripotiwa pia kutojulikana alikokuwa, kwa hivyo unaweza kufikiria tu Ugonjwa wa Msongo wa Mawazo wa baada ya Kiwewe (PTSD) ambao alikuja nao nyumbani. Hakukuwa na vikao vya na nasaha kwa huo. Walifika tu nyumbani na kutafuta kazi ili wapate riziki.

Baba yangu alifanya kazi kwenye kituo cha upakiaji na alikuwa akifanya kazi kila wakati. Kazi yake ilikuwa ngumu na isiyofanywa kwa kutumia akili. Kwake, lengo kuu lilikuwa ni kutunza familia yake. Alikuwa mwanamume mwenye nguvu, na siku zote nilihisi kana kwamba hakuna jambo lolote baya lingeweza kunipata maadamu alikuwa karibu. Kwa maneno mengine, nilihisi salama kabisa akiwa karibu nami. Alipata fursa ya kustaafu mapema, kwa hivyo akachukua fursa hiyo bila kusita. Alichotaka kufanya ni kwenda kwenye michezo michache ya besiboli, kusikiliza muziki wa jazz, na kusoma gazeti kutoka mbele hadi nyuma. Baada ya kustaafu, namkumbuka akiniambia, "Greg, nimeshinda mfumo." Hakujua kuwa angekufa wiki chache baadaye. Sitasahau kamwe taswira ya wanaume wawili nisiyowafahamu wakija katika nyumba yetu ndogo na kisha wakapita mbele yangu huku wakimbeba baba yangu kwenye mfuko mrefu mweusi.

Tena, sikuwa ninajua mengi kuhusu kifo – isipokuwa ukweli kuwa baba yangu alikuwa hayupo na singemuona tena kamwe. Ujumbe ambao uliingia kichwani mwangu siku hiyo ni kuwa maisha ni mafupi, kwa hivyo ninapaswa kufurahia; na nikaanza kuyafurahia kila wakati. Niliishi maisha kwa kufurahia, kuwa na shughuli nyingi na bila hofu ya wasiwasi. Sikuwahi kujisumbua kuhusu kesho, kwa hivyo niliishi maisha ya siku hiyo tu. Sikuwa na wasiwasi kuhusu kesho. Baba yangu alikuwa na msemo: "Ishi maisha kila siku kana kwamba ni siku yako ya mwisho kwa sababu siku moja itakuwa hivyo hakika." Hata hivyo, siku zote nilikuwa na hofu ya kifo ikinijia. Nilichojua ni kuwa una maisha moja tu, kwa hivyo ni bora uyaishi kabisa!

Watu hufa kwa njia nyingi. Wengine hufa katika vita au kwa matendo ya vurugu. Wengine hufa kutokana na magonjwa, mshtuko wa moyo, au saratani. Wengine hata hivyo hufa kutokana na uzee. Wakati wa kifo ni tofauti. Watu wengine hufa mapema maishani huku wengine wakiishi muda mrefu. Mambo haya ni muhimu, lakini sio mambo ya mwisho. Nilikuja kutambua kuwa jambo la maana zaidi la kufikiria ni nini hutupata baada ya kifo.

Kwa watu wengi, kifo ni fumbo kuu au tukio kuu la kukana. Watu huepuka mada hii kabisa au wanasema tu, "Hakuna anayejua, kwa hivyo ishi maisha yako tu."

Wale wasiomwamini Mungu wanaweza kuchukua msimamo kuwa maisha haya ndiyo pekee tuliyo nayo, kwa hivyo wanapaswa kufurahia. Wale wasiomwamini Mungu wanaweza kuchukua msimamo kuwa maisha haya ndiyo pekee tuliyo nayo na ndiyo pekee yenye umuhimu, kwa hivyo wanaamini kuwa wanapaswa kuyaishi tu. Wengi wetu hulala kwa thuluthi moja ya maisha yetu yote, na tunafanya kazi katika thuluthi nyingine. Hii ina maana kuwa tunatumia thuluthi mbili ya maisha yetu kulala na kufanya kazi, kwa hivyo tunayo tu thuluthi moja ya maisha yetu ya kufanya tutakacho. Tukichanganua thuluthi hiyo, tuna majukumu, magonjwa, na kazi za kinyumbani ambazo huchukua muda huo. Kulingana na jalida la Ukaguzi wa Idadi ya Watu Duniani,[2] katika 2023 kulikuwa na vifo 332,648 kila siku ulimwenguni. Hiyo ni vifo 13,860 kila saa, au vifo 231 kila dakika.

Hata hivyo, itakuwaje ikiwa haya siyo maisha yote tuliyo nayo? Itakuwaje ikiwa kuna Mungu, na itakuwaje ikiwa Biblia ni ya kweli? Hiyo itamaanisha kuwa, kwa kweli, kuna maisha baada ya kifo.

---

2   Jalida la Ukaguzi wa Idadi ya Watu Duniani wa 2023, *https://worldpopulationreview.com*.

JE, KUNA MAISHA BAADA YA KIFO?

Siku hizi watu hupanga zaidi kwa ajili ya siku zijazo kuliko hapo awali. Wanapanga kwa pensheni, 401K, IRA, Usalama wa Kijamii, bima ya maisha, na mipango mingine. Lakini mustakabali wetu unaishia wapi? Asilimia hamsini na mbili ya Wamarekani wanaamini kuwa kuna mbinguni na kuzimu, huku asilimia thelathini na saba tu ya Wamarekani wakiamini katika ufufuo wa mwili kutoka wafu. Kitabu cha Ayubu kinauliza swali rahisi kuhusu maisha ya baada ya kifo: *Je, kama mtu akifa, anaweza kuishi tena?* (Ayubu 14:14). Kuuliza swali ni rahisi, lakini si rahisi kupata mtu wa kujibu swali kwa mamlaka na uzoefu.

Yesu ndiye mtu wa pekee anayeweza kuzungumza kwa mamlaka yoyote ya kweli na uzoefu kuhusu maisha ya baada ya kifo. Kinachompa mamlaka ya pekee ya kuzungumza kuhusu mbinguni ni kuwa alitoka huko. Yesu hakuwa tu mwalimu wa kibinadamu aliyetumwa na Mungu. Yesu alikuwa ndiye aliyeishi na Mungu tangu milele na akaja duniani. Hakuna mwanadamu aliyekuwa na ufikiaji wa uwepo wa Mungu kila wakati kwa njia ambayo Yeye alikuwa nayo. Angeweza kupaa kwenda makao ya Mungu kwa njia ya kipekee sana kwa sababu alikuwa ameshuka kutoka mbinguni hadi duniani hapo awali.

Yesu, akiwa na uzoefu wake wa moja kwa moja mbinguni, anatuonyesha kweli tatu za msingi kuhusu mada ya maisha baada ya kifo:

1. Kuna maisha baada ya kifo.

2. Kuna hatima mbili ambazo kila mtu lazima achague.

3. Kuna njia ya kuhakikisha kuwa unafanya chaguo sahihi.

Katika sura ya kumi na mbili ya Marko, Yesu alipokuwa na majibizano na Masadukayo, alithibitisha kuwa kuna maisha ya baada ya kifo. Masadukayo walikuwa watu wenye mawazo huru katika siku zao, kama vile waliberali walivyo leo. Walikuwa matajiri na walikuwa na vyeo vya mamlaka, kikiwemo kile cha kuhani mkuu. Walijenga mfumo wa mashaka na kukana kwa njia ya kukubali kila kitu (ambapo chochote kinakubalika) na ukadirifu (ambapo ukweli ni chochote unachotaka kiwa ukweli). Walimwendea Yesu na hadithi ya kipuuzi, wakijaribu kudhihaki wazo zima la ufufuo wa mwili. Walimkumbusha Yesu kuwa Sheria ya Mungu ilikuwa na mpango wa kipekee kwa ajili ya wajane katika Israeli. Ili kuhifadhi ukoo wa mtu, Sheria ilisema kuwa ikiwa mwanaume alikufa bila kuacha mwana, ndugu yake alipaswa kumwoa mjane huyo. *Ikiwa ndugu wanaishi pamoja na mmoja wao akafa bila kuacha mwana, kamwe mjane wake asiolewe nje ya jamaa hiyo. Ndugu wa mumewe atamchukua, amwoe na kutimiza wajibu wa shemeji kwake* (Kumbukumbu 25:5).

Wakamwambia Yesu, "Tuseme mwanamke akiolewa na mwanamume, naye akafa. Mwanamume huyo alikuwa na kaka sita, na yule mwanamke akaolewa na ndugu aliyefuata, ambaye alikufa pia. Ndugu wote sita wa mume wake wa kwanza walikufa baada ya kuolewa nao. Hatimaye, mwanamke huyo akafa." Sasa kwa swali lao la werevu. Wakauliza, "Katika ufufuo, atakuwa mke wa nani?" Walifikiri kuwa walikuwa na akili nyingi, lakini Mwokozi aliwaambia kwamba hawakujua kabisa Maandiko, ambayo yanayoeleza kuhusu ufufuo, na uweza wa Mungu, ambao huwafufua wafu.

Chora taswira ya tukio hili. Hapa palikuwa na wasomi wa kijamii, wenye akili, wachuuzi wa madaraka. Walikuwa wakuu, walioungganishwa kisiasa na Roma, na kwa hekalu la Yerusalemu vilevile. Hawakuwa na uhusiano mwema na watu wa kawaida, wala watu wa kawaida hawakuwa na uhusiano mzuri nao. Ndipo Yesu, mtu wa kawaida kutoka katika mji wa maskini na ulio duni wa Nazareti, anafika na ana ujasiri wa kuwaambia kuwa walikuwa wamepotoka.

Kwanza kabisa, walipaswa kujua kuwa uhusiano wa ndoa hauendelei mbinguni (Mathayo 22:30). Kisha Yesu akawarejesha Masadukayo, ambao waliithamini sheria ya Musa kuliko sehemu zingine za Agano la Kale, kurudi kwenye hadithi ya Musa kwenye kichaka kilichokuwa kikiwaka moto (Kutoka 3:6), ambapo Mungu alijitaja kuwa ni Mungu wa Abrahamu, Isaka na Yakobo. Yesu alitumia hili kuonyesha kuwa Mungu alikuwa Mungu wa walio hai, si Mungu wa wafu. Lakini kwa jinsi gani? Je, Abrahamu, Isaka, na Yakobo hawakuwa wamekwisha kufa muda mrefu uliopita – wamekufa – wakati ambapo Mungu alimtokea Musa?

Ndiyo, miili yao ilizikwa katika pango la Makpela huko Hebroni. Basi, Mungu ni Mungu wa walio hai jinsi gani? Hoja inaonekana kuwa Mungu alikuwa ametoa ahadi kwa wazee wa ukoo (Abrahamu, Isaka, na Yakobo) kuhusu Masihi. Ahadi hizi hazikutimizwa wakati walikuwa wangali hai. Mungu alipozungumza na Musa kwenye kichaka kilichokuwa kikiwaka moto, miili ya wazee wa ukoo ilikuwa kaburini, lakini Mungu alijirejelea kuwa yeye ni Mungu wa walio hai. Kwa kuwa Mungu hawezi kusema uwongo, ni lazima atimize ahadi zake kwa Abrahamu, Isaka, na Yakobo. Kwa hivyo, ufufuo ni hitaji la lazima kabisa kutokana na kile tunachojua kuhusu tabia ya Mungu.

> Ufufuo ni hitaji la lazima kabisa kutokana na kile tunachojua kuhusu tabia ya Mungu.

Katika sura ya kumi na nne ya kitabu cha Yohana, Yesu aliwafariji wanafunzi wake kwa kuwaambia, na kutuambia sisi, kuhusu maisha ya baada ya kifo: *Msifadhaike mioyoni mwenu. Mwamini Mungu, niaminini na mimi pia. Nyumbani kwa Baba yangu kuna makao mengi. Kama sivyo, ningeliwaambia. Naenda kuwaandalia makao. Nami nikienda na kuwaandalia makao, nitarudi tena na kuwachukua mkae pamoja nami* (Yohana 14:1-3). Yesu aliwaambia kuwa anaenda na kwamba hawataweza kumwona. Alisema, "Mnamwamini Mwenyezi Mungu, na hamumuoni, basi niaminini Mimi vivyo hivyo." Nyumba ya Baba ni rejeleo kuhusu mbinguni, ambako kuna makao mengi. Kuna makao huko kwa wote waliokombolewa. Kama sivyo, Bwana angaliwaambia. Asingetaka wawe na matumaini ya uongo.

Yesu alisema, *Naenda kuwaandalia makao.* Bwana alirudi mbinguni kuandaa makao. Hatujui mengi kuhusu mahali pale, lakini tunajua kuwa kuna nafasi inayotengenezwa kwa kila mtoto wa Mungu. Jambo la msingi ni kuwa panafafanuliwa kuwa mahali pazuri sana ambapo hakuna maumivu, hakuna huzuni, hakuna mateso, na hakuna kifo (Ufunuo 21:4). Kuhusu mahali hapa, hatimaye tunaweza kusema kuwa, "Kila kitu ni kizuri," kwa kumaanisha. *Nami nikienda na kuwaandalia makao, nitarudi tena na kuwachukua mkae pamoja nami, ili mahali nilipo, nanyi mpate kuwepo.* Hii inarejelea wakati ambapo Bwana atarudi tena. Wale ambao wamekufa katika imani watafufuliwa wakati walio hai watakapobadilishwa na wakati waumini wote katika Yesu watachukuliwa kwenda mbinguni. Huu ni ujio wa kibinafsi, halisi wa Masihi. Kama vile alivyoenda, ndivyo atakuja tena.

Huwezi kujadili maisha, kifo, na maisha ya baada ya kifo bila kutaja mfano wa tajiri na Lazaro (Luka 16:19-31). Hii ndiyo hadithi inayofaa sana wakati wa kujadili maisha ya baada ya kifo. Katika hadithi hii, tunayo tofauti kubwa zaidi, ikiwa si tofauti kuu zaidi, ambayo Biblia imetoa. Tuna maisha mawili, vifo viwili, na maisha mawili ya baada ya kifo. Hebu tuviangalie:

Yesu alisema, "Palikuwa na mtu mmoja tajiri aliyevaa nguo za rangi ya zambarau na kitani safi, ambaye aliishi kwa anasa kila siku. Hapo penye mlango wake aliishi maskini mmoja, jina lake Lazaro, mwenye vidonda mwili mzima Huyo Lazaro alitamani kujishibisha kwa makombo yaliyoanguka kutoka mezani kwa yule tajiri. Hata mbwa walikuwa wakija na kuramba vidonda vyake.

"Wakati ukafika yule maskini akafa, nao malaika wakamchukua akae pamoja na Abrahamu. Yule tajiri naye akafa na akazikwa. Kule kuzimu alipokuwa akiteseka, alitazama juu, akamwona Abrahamu kwa mbali, naye Lazaro alikuwa karibu yake.

"Hivyo yule tajiri akamwita, 'Baba Abrahamu, nihurumie! Umtume Lazaro achovye ncha ya kidole chake ndani ya maji aupoze ulimi wangu, kwa sababu nina maumivu makuu kwenye moto huu.'

"Lakini Abrahamu akamjibu, 'Mwanangu, kumbuka kwamba wakati wa uhai wako ulipata mambo mazuri, lakini Lazaro alipata mambo mabaya. Lakini sasa anafarijiwa hapa na wewe uko katika maumivu makuu. Zaidi ya hayo, kati yetu na ninyi huko kumewekwa shimo kubwa, ili wale wanaotaka kutoka huku kuja huko wasiweze, wala mtu yeyote asiweze kuvuka kutoka huko kuja kwetu.'

"Akasema, 'Basi, nakuomba, umtume Lazaro aende nyumbani kwa baba yangu. maana ninao ndugu watano. Awaonye, ili wasije nao wakafika mahali hapa pa mateso.'

"Abrahamu akamjibu, 'Ndugu zako wana Maandiko ya Musa na Manabii, wawasikilize hao.'

"Yule tajiri akasema, 'Hapana, baba Abrahamu, lakini mtu kutoka kwa wafu akiwaendea, watatubu.'

"Abrahamu akamwambia, 'Kama wasipowasikiliza Musa na Manabii, hawataweza kushawishika hata kama mtu akifufuka kutoka kwa wafu.'" (Luka 16:19-31 NLT)

Kwanza tunaye tajiri. Anavaa nguo nzuri zaidi – majoho ya zambarau yaliyotengenezwa kwa rangi ya Tiro na shati za kitani ya bei ghali zilizotengenezwa kwa pamba ya Misri. Nyumba yake ni shamba lenye bustani nzuri, zilizopambwa vizuri. Ndani ya jumba la kifahari kuna fanicha bora zaidi, pamoja na kazi za sanaa za thamani kubwa mno. Sakafu za marumaru za Kiitaliano ni nzuri sana, zinaakisi picha ya mtu kwa mng'ao wa juu jambo ambalo wageni wake walipenda kwa hakika. Meza yake imejaa vyakula vitamu – nyama bora zaidi, kanga na nyama ya wanyama wa baharini ambayo ni ya thamani ya juu mno, matunda na mboga bora zaidi, na divai bora zaidi kutoka kwa mashamba bora zaidi ya mizabibu ulimwenguni. Hivi ndivyo tajiri anavyoishi siku baada ya nyingine.

Kisha kuna Lazaro, mwombaji. Alikuwa akiachwa kwenye lango la tajiri huyo kama gunia la takataka, pengine aliletwa pale na wale waliomtaka atoke katika mtaa wao. Hali yake ni ya kusikitisha, kama mfuko wa mifupa, amedhoofika kwa njaa. Mwili wake umejaa vidonda vinavyotoka usaha, na anasumbuliwa na mbwa wachafu wanaokuja kulamba vidonda vyake.

Je, nani atamsaidia mtu huyu mwenye masaibu kama haya? Je, nani atamlisha, kumwogesha, na kumvisha? Je, nani atamchukua na kumpa hifadhi usiku? Je, nani atasafisha vidonda vyake? Je, nani atamshika mkono na kusikiliza hadithi ya maisha yake? Nani?

Tajiri anaishi maisha ya kujifurahisha, akitimiza raha zake za mwili na tumbo. Hana upendo wa kweli kwa Mungu na hajali wanadamu wenzake. Lazaro anatumaini kuwa labda, labda mmoja wa wageni kwenye karamu nyingi ambazo tajiri anaandaa anaweza kumletea makombo yaliyoanguka kutoka mezani wanapoondoka. Lakini cha kusikitisha ni kuwa, katika makao ya tajiri huyo, hakuna huruma. Hakuna mgeni hata mmoja anayetaka kumwona, sembuse kumkaribia au kumgusa. Lazaro anawatazama wakija na kuondoka, nao wanampuuza.

Ghafla, anachofikiri ni ndimi za mbwa zinazolamba vidonda vyake vinakuwa ni mikono ya malaika. Yule mwombaji akafa, akachukuliwa na malaika hadi kifua cha Abrahamu. Watu wengi hutaka kujua ikiwa kweli malaika hushiriki katika kubeba roho za waumini hadi mbinguni, lakini hakuna sababu ya kutilia shaka uhalisi wa maneno hayo. Malaika huhudumia waumini katika maisha haya, na hakuna sababu kwa nini wasifanye hivyo wakati wa kifo.

> Malaika huhudumia waumini katika maisha haya, na hakuna sababu kwa nini wasifanye hivyo wakati wa kifo.

"Kifua cha Abrahamu" ni usemi wa kiishara unaoonyesha mahali pa furaha. Kwa Myahudi yeyote, wazo la kufurahia ushirika na Abrahamu lingemaanisha furaha isiyo na kifani. "Kifua cha Abrahamu" ni jina lingine la mbinguni.

Kwa hiyo si tu kwamba mwili wa yule tajiri ulizikwa alipokufa, bali pia nafsi yake, au nafsi yake yenye fahamu, ilienda Kuzimu, ambako ni makao ya wale ambao hawajaokoka. Kwa kuwa tajiri alikuwa katika mateso, tunahitaji kutaja mambo kadhaa:

1. Inapaswa kuwekwa wazi kuwa tajiri ambaye jina lake halijatajwa si lazima kwamba alihukumiwa kuzimu kwa sababu ya mali yake. Kwa kutojali kwake mwombaji aliyekuwa langoni mwake, tajiri huyu alionyesha kuwa hakuwa na imani ya kweli inayookoa. Ikiwa alikuwa na upendo wa

Mungu, hangeweza kuishi katika anasa, starehe, na raha huku mwanadamu mwenzake akiwa nje ya mlango wake wa mbele akiomba makombo machache ya mkate. Ni lazima iwe iliwashtua wanafunzi kuwa tajiri huyo alikwenda Kuzimu, kwa kuwa walifundishwa kuwa utajiri ulikuwa ishara ya baraka na kibali cha Mungu.

2. Vile vile ni kweli kuwa umaskini wa Lazaro sio uliomfanya aokolewe. Lazaro aliokolewa kwa sababu alikuwa amemwamini Bwana kwa wokovu wa nafsi yake. Umaskini sio lazima uwe mwema. Hadithi hii inathibitisha kuwa kuna uwepo wa ufahamu baada ya kifo. Kwa hakika, tunavutiwa na kiwango cha ujuzi ambao yule tajiri alikuwa nao. Alimwona Abrahamu kwa mbali na Lazaro akiwa karibu naye. Aliweza hata kuwasiliana na Abrahamu. Akimwita *Baba Abrahamu*, aliomba rehema, akimuomba amtume Lazaro amletee tone la maji ili kuupoza ulimi wake.

Mzee wa ukoo Abrahamu alimkumbusha tajiri maisha yake ya anasa, raha, na anasa. Pia alisimulia umaskini na mateso ya Lazaro. Sasa, baada ya kifo, mambo yalikuwa yamegeuka. Ukosefu wa usawa wa ulimwengu huu ulibadilishwa. Lazaro, ambaye wakati fulani alitupwa katika mateso nje ya lango la shamba la tajiri, sasa alimwona yule tajiri akitupwa nje ya lango la mbinguni, akiwa amelala katika mateso yake mwenyewe. Tunajifunza hapa kuwa chaguo za maisha haya huamua hatima yetu ya milele. Mara kifo kinapotokea, hatima hiyo haiwezi kubadilika. Hakuna njia kutoka kwenye makazi ya waliookoka kwenda kwa waliohukumiwa kuzimu, au kinyume cha hayo. Katikati ya mambo yote yasiyoeleweka kwa urahisi kwenye hadithi hii, tusikose ujumbe mkuu wa hadithi: ni bora kuomba mkate duniani kuliko kuomba maji ukiwa Kuzimu.

KIFO

Kifo ni sehemu isiyoeleweka zaidi ya maisha. Si usingizi mkuu, bali ni mwamko mkubwa. Ni wakati ambapo tunaamka, tunasugua macho yetu, na kuona mambo kama vile Mungu amekuwa akiona wakati wote.

Kifo kinaweza kuchukuliwa kuwa ni kutengwa. Kifo cha kimwili ni utengano wa mwili na roho, wakati kifo cha kiroho ni kutenganisha kwa nafsi na Mungu. Yesu alifundisha kuwa hatupaswi kuogopa kifo cha kimwili, lakini tunapaswa kuogopa zaidi kifo cha kiroho (Mathayo 10:28). Kwa wasioamini ambao wamekufa, Kuzimu ni hali isiyo na mwili ya adhabu ya ufahamu, hali ya mateso. Ni aina ya tanki ya kushikilia, hali ya kati ambapo wanangojea hukumu ya mwisho ya Mungu. Jehanamu ni gereza la mwisho la wafu waovu. Jambo la kuamua katika hukumu hii ni ikiwa mtu amekufa katika dhambi zake au ikiwa amekufa katika Bwana.

G. B. Hardy, mwanahisabati mashuhuri duniani na mwanasayansi mahiri aliyebobea katika jenetiki ya idadi ya watu, aliwahi kusema, "Nina maswali mawili tu ya kuuliza. La kwanza, kuna yeyote ambaye amewahi kushinda kifo? La pili, je, alinitengenezea njia ya mimi kufanya hivyo pia?"[3] Jibu la maswali yote mawili ya Hardy ni ndiyo. Mtu mmoja ameshinda kifo na kutengeneza njia kwa kila mtu anayeweka tumaini lake kwake kushinda kifo pia. Hakuna mtu anayemwamini Yesu Kristo anapaswa kuogopa kifo. Neno la Mungu linatufunza kuwa kupitia imani katika Yesu, tuna ushindi juu ya kifo na kaburi. Kwa maneno mengine, mtu anayemwamini Yesu Kristo anaweza kusema kwa kujiamini na kwa unyenyekevu, "Kifo – ni nani anayekuogopa sasa?" Lakini je, tunaweza kweli kuliamini Neno la Mungu?

> Hakuna mtu anayemwamini Yesu Kristo anayepaswa kuogopa kifo.

---

3   G. B. Hardy, *Countdown: A Time to Choose (Wakati wa Kuchagua)* (Chicago: Moody Press, 1972).

JE, NINAWEZA KUAMINI BIBLIA?

"Watu wengi wanakataa kuamini bila ushahidi fulani, kama kweli inavyotarajiwa kwao. Kwa kuwa Mungu alituumba kama viumbe wenye akili timamu hatarajii tuishi bila akili. Anataka tufikirie kabla ya kuchukua hatua," Norman Leo Geisler, mwanatheolojia wa Kikristo na mtetezi wa imani wa Kikristo, alisema. "Hii haimaanishi kuwa hakuna nafasi ya imani. Lakini Mungu anataka tuchukue hatua ya imani katika mwanga wa ushahidi, badala ya kuruka gizani."[4]

Iwe tunasoma kitabu, makala ya gazeti, au kazi ya utafiti, tunajuaje kuwa kile tunachosoma ni kweli na cha kuaminiwa? Chauncey Sanders, mtaalamu wa kijeshi na mwanahistoria, aliandika katika kitabu chake *Introduction to Research in English Literary History* kuwa kuna vipimo vitatu vya kutathmini uwezo wa

---

4   Norman Geisler, *Christian Apologetics* (Ada, Michigan: Baker Academic Publishing, 2013).

kuaminika kwa maandishi ya kifasihi: (1) Ushahidi wa Ndani – kile ambacho maandishi yanadai kujihusu, (2) Ushahidi wa Nje – jinsi maandishi yanavyopatana na ukweli, tarehe na watu, na (3) Ushahidi wa Kibiblia – desturi ya kimaandishi kutoka hati asili hadi nakala na hati tulizo nazo leo.[5]

Kwa ndani, Biblia iliandikwa kwa kipindi cha miaka elfu moja na mia sita, au vizazi arobaini. Iliandikwa na wanaume zaidi ya arobaini kutoka nyanja mbalimbali za maisha. Kwa mfano, Musa alisomea nchini Misri na akawa nabii miongoni mwa Waisraeli, Yoshua alikuwa jemadari wa kijeshi, Danieli alikuwa waziri mkuu, Petro alikuwa mvuvi wa kawaida, Sulemani alikuwa mfalme, Luka alikuwa daktari, Amosi alikuwa mchungaji, Mathayo alikuwa mtoza ushuru, na Paulo alikuwa rabi na mtengenezaji wa mahema vilevile. Waandishi wote walikuwa na kazi na asili tofauti sana.

Biblia iliandikwa katika sehemu nyingi tofauti; kwa hakika iliandikwa katika mabara matatu tofauti: Asia, Afrika na Ulaya. Musa aliandika katika jangwa la Sinai, Paulo aliandika akiwa gerezani huko Roma, Danieli aliandika akiwa uhamishoni Babiloni, na Ezra aliandika katika jiji lililoharibiwa la Yerusalemu. Iliandikwa katika hali nyingi tofauti. Daudi aliandika wakati wa vita, Yeremia aliandika wakati wenye huzuni wa anguko la Israeli, Petro aliandika Israeli ilipokuwa chini ya utawala

---

5   Chauncey Sanders, *Introduction to Research in English Literary History* (New York: The Macmillan Company, 1952).

wa Warumi, na Yoshua aliandika alipokuwa akiivamia nchi ya Kanaani.

Waandishi walikuwa na madhumuni tofauti ya kuandika. Isaya aliandika ili kuwaonya Waisraeli kuhusu hukumu ya Mungu inayokuja juu ya dhambi yao, Mathayo aliandika ili kuwathibitishia Wayahudi kuwa Yesu ndiye Masihi, Zekaria aliandika ili kuwatia moyo Waisraeli waliovunjika moyo waliokuwa wamerudi kutoka uhamishoni Babiloni, na Paulo aliandika ili kushughulikia matatizo katika ushirika tofauti za Asia na Ulaya. Pia, Biblia iliandikwa katika lugha tatu tofauti: Kiebrania, Kiaramu, na Kigiriki.

Tukiweka mambo haya yote pamoja, tunaona kuwa Biblia iliandikwa katika kipindi cha zaidi ya miaka elfu moja mia sita na waandishi arobaini tofauti katika sehemu na lugha mbalimbali, chini ya hali mbalimbali, na kushughulikia masuala mbalimbali. Inashangaza kuwa licha ya utofauti huo, kuna umoja mkubwa katika Biblia. Umoja huo umepangwa katika mada moja: Ukombozi wa Mungu wa mwanadamu na viumbe vyote. Mamia ya mada

> Inashangaza kuwa licha ya uanuwai wa waandishi, kuna umoja kama huo katika Biblia.

zenye utata zinashughulikiwa, lakini waandishi hawakinzani hata kidogo. Biblia ni maandishi mamoja ya ajabu. Ninaweza kufikiria tu kile ungekuwa nacho ikiwa ungechukua waandishi kumi tu kutoka kwa mwelekeo mmoja wa maisha, kutoka kizazi kimoja, mahali pamoja, kwa wakati mmoja, kwa hali moja, katika bara moja, na kwa lugha moja – wote wakiandika kuhusu mada moja tu yenye utata. Bila shaka ungekuwa na msongamano wa mawazo – utapata yote isipokuwa uwiano. Kwa ndani, Biblia haina tofauti na inapatana kikamilifu.

Kisha, tuangazie uthibitisho wa nje wa Biblia – au jinsi Biblia inavyopatana na ukweli, tarehe na watu. Mnamo 1964, Misheni ya Akiolojia ya Italia, iliyoongozwa na Paolo Mathiae, ilianza uchimbaji wa kiakiolojia huko Tel Mardikh Kaskazini mwa Siria. Mnamo 1968, sanamu ya Ibbit-Lim, mfalme wa Ebla, iligunduliwa. Kuanzia 1974 hadi 1976, mabamba elfu mbili kamili yenye ukubwa wa kutoka inchi moja hadi zaidi ya futi, pamoja na vipande elfu nne na vipande vingine vidogo zaidi ya elfu kumi, viligunduliwa ambavyo vilikuwa vya takriban 2300 KK. Jina "Kanaani" lilitumiwa huko Ebla, jina ambalo wakosoaji wa jina walisema halikutumiwa wakati huo na lilitumiwa isivyofaa katika sura za kwanza za Biblia. Si hili tu, bali pia majina kama vile Adamu, Eberi, na Yithro yalipatikana, pamoja na majina ya miungu ya Ebla, ikiwa ni pamoja na Dagoni, Baali, na Ashtar.

Jambo lingine liililowachanganya watu wenye kutilia shaka wa hapo awali, lakini lililoithibitisha Biblia, ni ugunduzi muhimu uliofanywa huko Misri mwaka wa 1896 na mwanaakiolojia Mwingereza Flinders Petrie huko Thebes. Bamba linaloitwa Jiwe la Merneptah, bamba lililo wima lenye maandishi yanayotumika kama mnara, linalotaja Israeli lilipatikana. Merneptah alikuwa farao ambaye alitawala Misri kutoka 1212-1202 KK. Muktadha wa jiwe hilo unaonyesha kuwa Israeli ilikuwa taifa muhimu mwishoni mwa karne ya kumi na tatu KK. Hili ni jambo kubwa sana kwani ni marejeleo ya kwanza nje ya biblia kwa taifa la Israeli ambayo yamegunduliwa.

Wakati mmoja Wahiti walidhaniwa kuwa ni hadithi ya kibiblia isioaminika, ingawa Agano la Kale linawataja zaidi ya mara hamsini. Hii ilikuwa kweli hadi mji wao mkuu wao na rekodi zao ziligunduliwa kaskazini mwa Uturuki. Ugunduzi wa kwanza wa msomi wa Ufaransa Charles Texier ulipata magofu ya kwanza ya Wahiti mnamo 1834. Kisha wanaakiolojia kama vile Hugo Winckler wakafuata na ugunduzi mmoja baada ya mwingine. Mnamo 1906, Winckler alipata hifadhi ya kifalme yenye mabamba elfu kumi yaliyoandikwa kwa lugha ya kikabari ya Kiakadi.

Kuta za Yeriko ziligunduliwa katika miaka ya 1930 na mwanaakiolojia wa Uingereza John Garstang. Hadithi ya kuanguka kwa kuta za Yeriko imeandikwa katika Yoshua 6:1-27. Watu wa Israeli walikuwa wametoka tu kuvuka Mto Yordani na kuingia katika nchi ya Kanaani (Yoshua 3:14-17). Hii ilikuwa nchi ya maziwa na asali ambayo Mungu alikuwa amemwahidi Abrahamu zaidi ya miaka mia tano iliyopita (Kumbukumbu 6:3; 32:49). Baada ya kukaa miaka arobaini yenye ugumu wakizunguka-zunguka katika jangwa la Sinai, watu wa Israeli walikuwa sasa kwenye ukingo wa mashariki wa Yordani. Changamoto yao ilikuwa kuteka nchi ya Kanaani, Nchi ya Ahadi. Hata hivyo, kikwazo chao cha kwanza kilikuwa jiji la Yeriko (Yoshua 6:1), jiji lenye kuta zisizoweza kuangushwa. Uchimbaji huko unaonyesha kuwa ngome zake zilikuwa na ukuta wa mawe wenye urefu wa futi kumi na moja na upana wa futi kumi na nne. Juu yake kulikuwa na mteremko wa mawe laini, unaoelekea juu kwa digrii thelathini na tano kwa futi thelathini na tano, ambapo zilipatana na kuta zingine kubwa za mawe zilizokuwa zaenda juu zaidi. Haingewezekana kupenyeza hizo kuta – lakini kuta hizo zilianguka wakati Yoshua na jeshi lake walipozizunguka kwa siku saba mfululizo, na siku ya saba, wakauzunguka ukuta, wakapiga tarumbeta zao, na kupiga kelele. Uchimbaji wa kiakiolojia unawiana na maelezo ya kuta katika Yoshua 6.

Mnamo 1990, watafiti wa Harvard walichimbua sanamu ya ndama ya shaba iliyopambwa kwa fedha inayofanana na ndama mkubwa wa dhahabu anayetajwa katika kitabu cha Kutoka.

Mnamo 1993, wanaakiolojia waligundua maandishi ya karne ya tisa KK huko Tel Dan. Maneno yaliyochongwa katika kipande cha basalti yanarejelea nyumba ya Daudi na mfalme wa Israeli. Wakati fulani ilidaiwa kuwa hapakuwa na mfalme wa Ashuru aliyeitwa Sargoni kama ilivyoandikwa katika Isaya 20:1 kwa sababu jina hili halikujulikana katika rekodi nyingine yoyote. Kisha kasri la Sargoni liligunduliwa huko Iraki, na utekaji wake wa Ashdodi, tukio lilo hilo lililotajwa katika Isaya sura ya 20, liligunduliwa limeandikwa kwenye kuta za kasri. Hata vipande zaidi vya jiwe la ukumbusho wa ushindi vilipatikana huko Ashdodi.

Magofu ya Sodoma na Gomora yamegunduliwa kusini-mashariki mwa Bahari ya Chumvi. Ushahidi kwenye sehemu hiyo unaonekana kuwa sawa na maelezo ya Biblia: *Ndipo Bwana akanyesha moto wa kiberiti uliotoka mbinguni kwa Bwana juu ya Sodoma na Gomora* (Mwanzo 19:24 NLT). Vifusi vya uharibifu vilikuwa na unene wa futi tatu, na majengo yalichomwa kutokana na moto ulioanza juu ya paa. Frederick Clapp, mwanajiolojia wa Marekani, anatoa nadharia kuwa shinikizo kutoka kwa tetemeko la ardhi lingeweza kutoa lami iliyojaa salfa, ambayo inafanana sana na lami na inajulikana kuwa katika eneo hilo kupitia mwatuko wa ufa ambao jiji upo juu yake.[6]

Nelson Glueck, rabi mashuhuri wa Marekani, mwanaakiolojia, na rais wa Hebrew Union College, aligundua maeneo 1,500 ya kale. Amenukuliwa akisema, "Hakuna ugunduzi wowote wa kiakiolojia ambao umewahi kupinga marejeleo ya Biblia."[7] Dkt. William Albright, mwanaakiolojia, msomi wa Biblia, na

---

6   Frederick G. Clapp, *American Journal of Archaeology* (Chicago: University of Chicago Press, 1936), 323-344.

7   Nelson Glueck, *Rivers in the Desert* (New York: Farrar, Straus, and Cudahy, 1959), 136.

mwanafalsafa, alisema, "Hakuna shaka kuwa akiolojia imethibitisha uhalisi wa kihistoria wa Agano la Kale."[8]

Mwisho, kuna ushahidi wa kibiblia. Kodeksi ni seti ya kurasa za maandishi zilizounganishwa pamoja kwa kushonwa. Ni aina ya kwanza ya kitabu, ikichukua nafasi ya hati-kunjo na mabamba ya nta ya nyakati za hapo awali. Maandishi ya Kimasora si kodeksi mahususi, bali ni neno la jumla kwa kile tunachokiona kuwa maandishi ya Kiyahudi/kirabi ya Agano la Kale. Katika karne ya sita, kikundi cha wasomi wanaoitwa Wamasora walianza kufuatilia kwa uangalifu kile ambacho kingefaa kuwa maandishi ya Biblia. Waliweka maandishi yenye ukweli kamili pembezoni na kulinganisha maandishi yote yaliyokuwepo. Kwa sababu ya usomi wao wa hali ya juu, ilianza kuwa maandishi kamili yenye mamlaka ya Biblia. Wamasora walijumuisha kila kitu kutoka kwenye maandishi yenyewe hadi sauti ifaayo, lafudhi, na mistari kamili yenye tahajia zenye kasoro. Wamasora walikuwa waangalifu sana na walikuwa na mafunzo ya kitaalamu katika kunakili maandishi. Waliyachukulia maneno halisi ya Mungu kwa heshima kubwa. Kwa mfano, ikiwa wangenakili kitabu cha Isaya, maandishi yote yangekuwa katika herufi kubwa zote bila alama za uakifishaji au aya. Baada ya kumaliza kuandaa nakala hiyo wangehesabu herufi na kupata herufi ya katikati ya kitabu. Ikiwa hailingani kabisa, wangeitupa na kuanza

---

8   William F. Albright, *Archaeology and the Religion of Israel* (Baltimore: John Hopkins University Press, 1956), 176.

kunakili nakala mpya. Nakala zote za sasa za maandishi ya Kiebrania zinapatana sana.

Katika karne ya kumi, enzi ya Wamasora ilipokaribia mwisho, walikusanya utafiti wao wote katika karne zote kuwa hati moja ya Biblia. Katika mwaka wa 920 BK, mwandishi aitwaye Shlomo Ben Buya aliandika hati ya maandishi katika mapokeo ya kweli ya Wamasora katika jiji la Tiberia, Israeli. Hati hiyo inajulikana kama Kodeksi ya Aleppo.

Mnamo 1947, Hati-kunjo za Bahari ya Chumvi ziligunduliwa katika eneo la Qumran huko Israeli. Hati-kunjo mbalimbali zinaanzia karne ya tano KK hadi karne ya kwanza BK. Wanahistoria wanaamini kuwa waandishi Wayahudi walidumisha eneo hilo ili kuhifadhi Neno la Mungu na kulinda maandishi wakati wa uharibifu wa Yerusalemu mwaka wa 70 BK. Hati-kunjo za Bahari ya Chumvi zinajumuisha takriban kila kitabu cha Agano la Kale, na ulinganisho na maandishi ya hivi majuzi zaidi unaonyesha kuwa zinafanana kabisa.

Tofauti kuu ni maandishi ya majina ya watu fulani na tofauti zingine zisizo na maana. Kwa mfano, Hati-kunjo za Bahari ya Chumvi zinajumuisha kitabu kamili cha Isaya. Wakati wasomi wa kirabi walipolinganisha Isaya 53 ya Hati-kunjo za Bahari ya Chumvi na Isaya 53 ya Maandishi ya Kimasora, walipata herufi kumi na saba pekee ambazo zilitofautiana

> **Tunahitimisha kwa kusema kuwa hakuna tofauti halali katika maandishi tunayosoma leo.**

kati ya maneno 166 katika sura hiyo. Kumi kati ya herufi hizo ni tofauti ndogo za maandishi (k.m., "honor" na "honour") yaani "heshima" na "heshimu" katika lugha ya Kiswahili, nne ni tofauti za kimtindo (kama vile uwepo wa kiunganishi), na herufi zingine tatu zinawakilisha tahajia tofauti ya neno mwangaza au kwa Kiingereza "light" Kwa maneno mengine, tofauti ni ndogo kabisa. Kwa hivyo, tunahitimisha kuwa hakuna tofauti halali katika maandishi tunayosoma leo, jambo ambalo ni la kushangaza!

R. Laird Harris, kiongozi wa kanisa, msomi wa Agano la Kale, na mwanzilishi wa Covenant Theological Seminary, aliandika kitabu chenye kichwa *Can I Trust My Bible?* Aliandika, "Sasa tunaweza kuwa na uhakika kwamba watu walionakili walifanya kazi kwa bidii kubwa na uangalifu na usahihi kwenye Agano la Kale, hata hapo nyuma katika miaka ya 225 KK. . . . Kwa hakika kungekuwa ni mashaka yasiyo na msingi ambayo yanaweza kukataa kuwa Agano letu la Kale la sasa liko katika namna iliyo karibu sana na lile liliyotumiwa na Ezra alipofundisha neno la Bwana kwa wale waliokuwa wamerudi kutoka utekwani wa Babeli."[9]

Muundo wa Agano Jipya ulikubaliwa rasmi kwenye Baraza la Carthage mnamo 397 BK. Hata hivyo, sehemu kubwa ya Agano Jipya ilikubaliwa kuwa yenye mamlaka mapema zaidi. Mkusanyiko wa kwanza wa Agano Jipya

---

9   R. Laird Harris, *Can I Trust My Bible?* (Chicago: Moody Press, 1963), 67-89.

ulipendekezwa na mtu mmoja aitwaye Marcion mnamo 140 BK. Marcion alikuwa Dosetisti. Udosetisi ni mfumo wa imani unaosema kuwa roho yote ni nzuri na vitu vyote vya kimwili ni mbaya. Kwa hiyo, Marcion aliondoa kitabu chochote kilichozungumza kuhusu Yesu kuwa wa kiungu na kibinadamu. Alihariri pia barua za Paulo ili zilingane na falsafa yake mwenyewe.

Mkusanyiko uliofuata uliopendekezwa wa vitabu vya Agano Jipya kwenye kumbukumbu ulikuwa Kanoni ya Muratori, mwaka wa 170 BK. Ilijumuisha injili zote nne, barua kumi na tatu za Paulo, 1, 2, na 3 Yohana, Yuda, na Ufunuo, na uliidhinishwa na Baraza la Carthage mnamo 397 BK. Hati halisi iligunduliwa katika Maktaba ya Ambrosian huko Milan, Italia, na mwanahistoria Mwitaliano Antonio Ludovico Muratori, na ilichapishwa naye katika 1740.

Hata hivyo, historia inaonyesha kuwa Agano Jipya halisi tulilo nalo katika Biblia za kisasa lilitambuliwa mapema zaidi, nalo ni onyesho kamili la maandishi hayo. Kwa mfano, takriban mwaka 95 BK, Clement wa Roma alinukuu kutoka katika vitabu kumi na moja vya Agano Jipya. Takriban 107 BK, Ignatius alinukuu kutoka takriban kila kitabu cha Agano Jipya. Takriban AD 110, Polycarp, mwanafunzi wa Yohana, alinukuu kutoka vitabu kumi na saba vya Agano Jipya. Kwa kutumia manukuu kutoka kwa watu hawa, Agano Jipya lote linaweza kuunganishwa, isipokuwa takriban mistari ishirini na tano, nyingi kutoka kwa Yohana 3.

Ushahidi huu unashuhudia ukweli kuwa Agano Jipya lilitambuliwa mapema zaidi hata kabla ya Baraza la Carthage na kuwa Agano Jipya tulilonalo leo ni sawa na lile lililoandikwa miaka elfu mbili iliyopita. Hakuna upinzani wa fasihi katika ulimwengu wa kale kwa idadi ya nakala za maandishi na tarehe ya mapema ya Agano Jipya. Tuna hati 5,300 za Kigiriki za Agano Jipya na hati elfu kumi za Kilatini. Mbali na hizo, kuna nakala elfu tisa za aina mbalimbali za Agano Jipya zilizopo leo ambazo ziliandikwa katika Kisiria, Kikoptiki, Kiarmenia, Kigothi, na Kiethiopia – ambazo baadhi yake ni za karibu na tafsiri asilia ya Jerome mnamo 384 BK. Pia tuna zaidi ya nakala elfu kumi na tatu za sehemu za Agano Jipya ambazo zimesalia hadi wakati wetu, na zaidi na zaidi zinaendelea kufukuliwa.

Kodeksi ya Vatikani ndiyo maandishi ya kale zaidi iliyopo ya Biblia ya Kigiriki. Kodeksi imepewa jina kutokana na mahali pake pa kuhifadhi, Maktaba ya Vatikani, ambako imehifadhiwa tangu angalau karne ya kumi na tano. Imeandikwa kwenye majani 759 ya velamu (ngozi ya mnyama iliyotayarishwa, kwa kawaida ngozi ya ndama), kwa herufi ambazo hazijakutanishwa (mtindo wa kaligrafi uitwao Scriptio Continua – ulioandikwa bila nafasi za kawaida kati ya maneno), na imekadiriwa tarehe kwa njia ya paleografia (paleografia ni uchunguzi wa maumbo ya zamani ya kuandika kwa madhumuni ya kubaini tarehe) hadi karne ya nne, kuanzia 300-325 BK.

Pia tunayo Kodeksi ya Sainaitikasi, hati ya maandishi ya Aleksandria iliyoandikwa kwa herufi zisizokutanishwa kwenye ngozi, ya karne ya nne, kuanzia 330-360 BK. Iko katika Maktaba ya Uingereza ya London. Kodeksi hizi mbili, Vaticanus na Sinaiticus, ni nakala mbili za ngozi za kipekee za Agano Jipya zima kutoka karne ya nne.

Hapo awali, tuna vipande na nakala za sehemu za mafunjo ya Agano Jipya za kuanzia mwaka 180-225 BK. Mifano bora ni Mafunjo ya Chester Beatty na Mafunjo ya Bodmer II, XIV, XV. Kutokana na hati hizi pekee, tunaweza kutengeneza vitabu vyote vya Luka, Yohana, Warumi, 1 na 2 Wakorintho, Wagalatia, Waefeso, Wafilipi, Wakolosai, 1 na 2 Wathesalonike, Waebrania, na sehemu za Mathayo, Marko, Matendo na kitabu cha Ufunuo.

Mafunjo ya Rylands, inayojulikana kama Mafunjo ya Rylands P52, ndicho kipande cha maandishi ya Biblia cha zamani zaidi tulicho nacho hadi sasa. Ilipatikana nchini Misri na imewekwa tarehe kwa njia ya paleografia ya 130 BK. Ugunduzi huo uliwalazimu wakosoaji kurudisha Injili ya nne katika karne ya kwanza, wakiacha dai lao la mapema kuwa haiwezekani kuwa iliandikwa na mtume Yohana. Mafunjo ya Rylands yanaonyeshwa katika Maktaba ya Chuo Kikuu cha John Rylands huko Manchester, Uingereza. Ilikuwa na aya zifuatazo kutoka Yohana 18:

Pilato akawaambia, "Basi mchukueni ninyi mkamhukumu kwa kufuata sheria zenu." Wayahudi wakamjibu, "Sisi haturuhusiwi kutoa hukumu ya kifo kwa mtu yeyote." Walisema hivyo ili yale maneno aliyosema Yesu kuhusu kifo atakachokufa yapate kutimia Kwa hiyo Pilato akaingia ndani ya jumba la kifalme, akamwita Yesu, akamuuliza, "Wewe ndiye mfalme wa Wayahudi?" Yesu akamjibu, "Je, unauliza swali hili kutokana na mawazo yako mwenyewe, au uliambiwa na watu kunihusu mimi?" Pilato akamjibu, "Mimi si Myahudi, ama sivyo? Taifa lako mwenyewe na viongozi wa makuhani wamekukabidhi kwangu. Umefanya kosa gani?" Yesu akajibu, "Ufalme wangu si wa ulimwengu huu. Ufalme wangu ungekuwa wa ulimwengu huu, wafuasi wangu wangenipigania ili nisitiwe mikononi mwa Wayahudi. Lakini kama ilivyo, ufalme wangu hautoki hapa ulimwenguni." Pilato akamuuliza, "Kwa hiyo wewe ni mfalme." Yesu akajibu, "Wewe unasema mimi ni mfalme. Kwa kusudi hili nilizaliwa, na kwa ajili ya hili nilikuja ulimwenguni, ili niishuhudie kweli. Mtu yeyote aliye wa kweli husikia sauti yangu." Pilato akamuuliza, "Kweli ni nini?"

Kitabu cha 'Historia' (The Histories) kilichoandikwa na Herodotus ndiyo msingi wa historia ya ulimwengu wa kimagharibi. Kitabu hiki kilisaidia sana kupata taarifa pamoja na kuanzisha mtindo wa historia ya kimagharibi. Aidha, kama inavyojidhihirisha katika jedwali hapa chini, chanzo cha uandishi wa injili ya Yohana kina aminika na kina ukweli zaidi kuliko ilivyo katika maandishi ya Herodotus.

Mwandishi Na Kazi	Injili ya Yohana	Historia ya Herodoto
Muda wa Kuishi kwa Mwandishi	10-100	485 K-425 KK
Tarehe ya Matukio	27-30	546-478 KK
Tarehe ya Kuandikwa	90-100	425-420 KK
Hati ya Mapema Zaidi	130	900
Kuisha kwa Tukio kabla ya Kuandikwa	<miaka 70.	miaka 50-125.
Kuisha kwa Tukio kabla ya Hati	<miaka 100.	miaka 1400-1450.

Sir Frederic G. Kenyon, mwanapaleografa (mtaalamu wa maandishi ya kale), aliandika kitabu chenye kichwa *The Bible and Archaeology*, ambamo aliandika, "Muda kati ya tarehe za utunzi wa asili na uthibitisho wa mapema zaidi uliopo ni mdogo sana kiasi cha kuweza kupuuzwa kwa hakika, na msingi wa mwisho wa shaka kwamba Maandiko yametujia kwa kiasi kikubwa jinsi yalivyoandikwa sasa umeondolewa. *Ukweli* na *uadilifu wa jumla* wa vitabu vya Agano Jipya unaweza kuchukuliwa kuwa sasa umethibitishwa."[10]

Brooke Foss Wescott, askofu wa Uingereza na msomi wa Biblia, na Fenton John Anthony Hort, mwanatheolojia mzaliwa wa Ireland, walichukua miaka ishirini na minane kutengeneza Agano Jipya lao katika Kigiriki asili. Walisema kuwa: "Ikiwa mambo madogo madogo ya kulinganisha, kama vile mabadiliko ya

---

10   Sir Frederic G. Kenyon, *The Bible and Archaeology* (London: George G. Harrap & Co, 1940), 288-289.

mpangilio, kuingizwa au kuachwa kwa kifungu chenye majina yanayofaa, na mengineyo, yakiwekwa kando, kwa maoni yetu maneno ambayo yangali yanaweza kutiliwa shaka hayawezi kufikia sehemu moja kwa elfu moja ya Agano Jipya."[11]

Kwa maneno mengine, mabadiliko madogo na tofauti katika hati hayabadilishi fundisho lolote kuu; hayaathiri Ukristo hata kidogo. Ujumbe ni sawa na au bila tofauti hiyo. Tunalo Neno la Mungu!

Ulimwengu ulikuwa na mwanzo. Kinyume chake, hekaya nyingi za kale hueleza ulimwengu kuwa ulipangwa kutokana na machafuko yaliyokuwepo badala ya kuwa uliumbwa. Kwa mfano, Wababiloni waliamini kuwa miungu iliyozaa ulimwengu ilitoka katika bahari mbili. Hadithi nyingine husema kuwa ulimwengu ulitoka kwa

Mabadiliko madogo na tofauti katika maandishi hayaathiri Ukristo hata kidogo.

yai kubwa. Wapinzani wa imani, pamoja na jumuiya ya jumla isiyoamini, wangetaka tuamini kuwa hakuna wanasayansi wanaomwamini Mungu. Wanasema kuwa kwa maoni ya sayansi, imani katika Mungu si lazima.

The Da Vinci Code ni riwaya ya mwandishi Dan Brown ambayo inachunguza historia mbadala ya kidini. Nakala zake milioni themanini ziliuzwa na imetafsiriwa katika lugha arobaini na nne. *The Da Vinci Code* kina

---

11   Brooke Foss Wescott na Fenton John Anthony Hort, *The New Testament in the Original Greek* (New York: Harper & Brothers, 1881) 561.

"mtaalamu" wa hadithi yake anayesema yafuatayo: "Biblia haikufika kwa faksi kutoka mbinguni. . . . Biblia ilitokana na mwanadamu, mpendwa wangu. Sio ya Mungu. Biblia haikuanguka kutoka mawinguni. Mwanadamu alitengeneza kama rekodi ya kihistoria ya nyakati za msukosuko, na imeibuka kupitia tafsiri nyingi, nyongeza, na marekebisho. Historia haijawahi kuwa na toleo mahususi la kitabu hiki."[12] Hata hivyo tunashukuru, maoni hayo yako katika kazi ya kubuni – mahali pake panapofaa.

Wanasayansi wa kilimwengu mara nyingi huwapuuza wale wanaoamini Mungu, miujiza, uumbaji, na kadhalika., na hutumia mambo yanayodhaniwa kuwa ya kisayansi ili kupinga imani yetu katika uhalisi wa Mungu. Hata hivyo, sio wanasayansi wote wanaokataa wazo la Mungu. Kumekuwa na wale katika jumuiya ya wanasayansi ambao imani yao katika Mungu imesalia kuwa msingi wa maisha yao, hata walivyoendelea kufanya utafiti na ugunduzi wa kisayansi. Mifano michache kati ya mingi iko hapa chini.

Francis Bacon (1561-1626). Bacon kwa kawaida huchukuliwa kuwa mwanamume hasa anayehusishwa na kile kinachoitwa "mbinu ya kisayansi." Mbinu ya kisayansi inasisitiza uchunguzi na uthibitishaji badala ya dhana ya kifalsafa (uundaji wa maoni au nadharia isiyo na ushahidi wa kutosha wa kuthibitisha). Bacon

---

12   Dan Brown, *The Da Vinci Code* (New York: Doubleday, 2003), 231.

aliamini kuwa Mungu alitupa vitabu viwili vya kujifunza: Biblia na maumbile ya asili.

Johann Kepler (1571-1630). Johann Kepler anachukuliwa na wengi kuwa mwanzilishi wa astronomia ya kimwili. Aligundua sheria za mwendo wa sayari na kuanzisha taaluma ya misogeo ya vitu katika anga. Baadhi ya michango yake kwa sayansi ni pamoja na kuonyesha kwa uthabiti ukatikati wa mfumo wa jua (kuwa jua ni kitovu), kubuni mbinu ya kuchora ramani ya harakati za nyota, na kuchangia katika ukuzaji wa kalkulasi. Kepler alikuwa Mkristo aliyesomea seminari, lakini kwa kufuata mwongozo wa Mungu, aliishia kufundisha astronomia. Kepler alibuni kifungu na wazo kwamba utafiti na ugunduzi ulikuwa "kufuatilia mawazo ya Mungu," kauli mbiu iliyochukuliwa na wanasayansi wengi Wakristo baadaye.

Blaise Pascal (1623-1662). Mmoja wa wanafalsafa wakuu, Pascal anachukuliwa kuwa mwanzilishi wa sayansi ya haidrostatistiki – uchunguzi wa shinikizo la kimiminika kwenye vitu vingine. Pascal alihusika sana na kuanzishwa kwa kalkulasi na nadharia ya uwezekano, pamoja na uvumbuzi wa barometa. Hata hivyo, alikuwa mtu wa kidini sana aliyefikiri na kuandika mengi kuhusu imani yake. Anaweza kujulikana zaidi kwa kile ambacho Wakristo hukiita "Dau la Pascal," ambalo kimsingi huuliza kwa nini mtu yeyote angehatarisha kuishi kana kwamba hakuna Mungu.

Isaac Newton (1642-1727). Nani ambaye hajawahi kusikia kuhusu Sir Isaac Newton? Anasifiwa kwa kugundua sheria ya uvutano wa ulimwengu wote na sheria tatu za mwendo wa ulimwengu wote, na kuboresha kalkulasi kuwa tawi la kina la hisabati. Newton alikuwa Mkristo tangu ujana wake, na katika miaka ya baadaye aliandika sana akipinga dhana ya kutoamini kuwepo kwa Mungu na kutetea imani ya Kikristo. Newton aliamini kuwa Biblia ilijithibitisha yenyewe kuliko rekodi nyingine yoyote ya kihistoria iliyowahi kuandikwa.

Samuel F. B. Morse (1791-1872). Pengine Morse ndiye anayekumbukwa vizuri zaidi kwa kuvumbua telegrafu. Hata hivyo, aligundua pia kamera ya kwanza huko Amerika na akatengeneza picha ya kwanza inayotundikwa ukutani au kuwekwa mezani iliyotokana na picha iliyopigwa. Morse alikuwa mtu aliyejitoa sana kwa Mungu. Ujumbe wa kwanza aliotuma kupitia telegrafu yake mpya aliyoivumbua mwaka wa 1844 ulikuwa "Tazama yale Mungu ameyatenda!" (nukuu kutoka Hesabu 23:23). Maisha yake yote alijitolea kumpenda na kumtumikia Mungu. Morse aliandika maneno haya muda mfupi kabla ya kifo chake: "Kadiri ninavyokaribia mwisho wa safari yangu ya hija, ndivyo uthibitisho ulio wazi zaidi wa asili ya kiungu ya Biblia, ukuu na ubora wa mpango wa ukombozi wa Mungu kwa mwanadamu aliyeanguka inavyothaminiwa zaidi, na wakati ujao umejaa tumaini na shangwe."[13]

Louis Pasteur (1822-1895). Pasteur alikuwa gwiji katika taaluma ya udaktari na alisaidia sana katika kukuza nadharia ya viini vya ugonjwa, miongoni mwa mchango mwingine muhimu katika nyanja za kemia na fizikia. Utafiti wake ulisaidia kutengeneza chanjo dhidi ya magonjwa mengi. Pasteur alisaidia kukashifu nadharia ya mageuzi ya kizazi cha asili cha maisha. Pasteur aligundua pia, kama wengine wanavyoona sasa, kuwa mtu anapochukua msimamo kwa ajili ya imani katika uumbaji wa Biblia, wanasayansi asili wa ulimwengu hushambulia.

William Thompson, Lord Kelvin (1824-1907). Kelvin alianzisha kipimo cha halijoto kamilifu. Halijoto kama hizo leo husomwa kama "digrii Kelvin." Lord Kelvin pia alianzisha nadharia ya uhusiano kati ya joto na mifumo ya nishati kama taaluma rasmi ya kisayansi na kubuni sheria zake za kwanza na za pili katika istilahi sahihi. Kelvin aliamini kuwa sayansi ilithibitisha ukweli wa uumbaji. Alikuwa Mkristo mcha Mungu na mnyenyekevu, hata alipojihusisha kwa ukali katika

---

13   Ray Comfort, *Scientific Facts in the Bible* (Newberry, Florida: Bridge-Logos Publishers, 2001), 50.

mabishano kuhusu umri wa dunia, akikana imani ya Darwin na kuunga mkono uumbaji.

Wernher von Braun (1912-1977). Von Braun alishiriki sana katika utengenezaji wa roketi ya Ujerumani V-2 kabla ya kuhamia Marekani. Alielekeza utengenezaji wa makombora yaliyofyatuliwa na Marekani kwa miaka kadhaa kabla ya kuwa mkurugenzi wa NASA. Kuhusu mada ya safari ya anga, wakati mmoja aliandika, "Mtazamo kupitia shimo hili la siri kubwa za ulimwengu unapaswa kuthibitisha tu imani yetu katika uhakika wa Muumba wake."[14]

Francis Collins (1950-sasa). Mkurugenzi wa Mradi wa Jenomu ya Binadamu, amethibitisha hadharani imani yake kwa Mungu. Collins ameelezea ajabu ya kiroho ya utafiti wa kisayansi kwa maneno haya: "Jambo jipya linapofichuliwa kuhusu jenomu ya binadamu, mimi hupata mshangao mkubwa kutambua kuwa wanadamu sasa wanajua kitu ambacho Mungu pekee ndiye alijua hapo awali."[15]

Nimeshiriki nawe baadhi ya ushahidi wa kimsingi wa ndani, wa nje, na wa Biblia ili kuthibitisha kuwa tunaweza kuamini kabisa Biblia yetu kwa uhalisi wake. Hati za Kiebrania na Kigiriki, licha ya kuwa

---

14   Wernher von Braun, "My Faith," *American Weekly*, Tarehe 10 Februari, 1963.

15   Mark O'Keefe, "Some on Shuttle Crew Saw God's Face in Universe," *Washington Post*, tarehe 8 Februari, 2003.

ni nakala, zimehifadhiwa kwa uwezo wa Mungu, na tafsiri zinazopatikana hazina upendeleo wa kitheolojia.

Kwa hivyo, tunaweza kuwa na uhakika kuwa Biblia tunayosoma leo ina Maandiko kama yalivyoandikwa kiasili, na yanaweza kusomwa bila kuogopa kuwa yamebadilishwa ili kuunga mkono kanisa au mafundisho ya dhehebu fulani. Biblia imeongozwa na Mungu na ina vitabu vinavyotumika kama mamlaka yetu.

Biblia inatangaza kuwa watu wanakufa aidha katika dhambi zao (Yohana 8:24) au wanakufa katika Bwana (Ufunuo 14:13). Jinsi mtu anavyokufa au wakati wa kifo cha mtu sio muhimu zaidi. La muhimu zaidi ni hili: je, utakufa katika dhambi zako au utakufa katika Bwana?

> Tunaweza kuwa na uhakika kuwa Biblia tunayosoma leo ina Maandiko kama yalivyoandikwa kiasilia.

JE, INAMAANISHA NINI KUFA KATIKA DHAMBI ZAKO?

imi ni nuru ya ulimwengu. Mtu yeyote akinifuata hatatembea gizani kamwe, bali atakuwa na nuru ya uzima (Yohana 8:12). Yesu alisema, *Mimi ni nuru ya ulimwengu.* Mungu ndiye chanzo cha kila kitu kizuri katika maisha yako na kila kitu kizuri ulimwenguni. Bila Yeye, hakuna nuru, hakuna upendo, hakuna matumaini, hakuna amani, na hakuna furaha. Ukimwondoa, kila kitu kinabaki giza. Kisha Yesu akasema, *Mtu yeyote akinifuata hatatembea gizani kamwe.* Hebu wazia kuwa sote tuko kwenye handaki lenye giza. Yesu anayo nuru, na anakuja kwetu, akipita kwenye handaki. Ikiwa tutatembea pamoja Naye, tutatembea katika nuru Yake. Lakini tukikataa kumfuata na kwenda njia nyingine, nuru yake itaenda mbali zaidi na zaidi kutoka kwetu, na hatimaye tutaachwa gizani.

Hilo ni kweli katika maisha haya, na bila shaka, ni kweli pia katika ulimwengu ujao. Zaidi ya ulimwengu huu, kuna mahali ambapo Yesu yuko. Kwa sababu Yuko pale, huo ni ulimwengu wa nuru na upendo na amani na furaha. Lakini zaidi ya ulimwengu huu, pia kuna mahali ambapo Yesu hayupo. Kwa sababu hayupo, huo ni ulimwengu wa giza na chuki na misukosuko na taabu.

Yesu aliposema, *Mimi ni nuru ya ulimwengu. Mtu yeyote akinifuata hatatembea gizani kamwe, bali atakuwa na nuru ya uzima*, ilikuwa dhahiri mara moja kuwa wasikilizaji Wake hawakukubaliana Naye.

Walijaribu kutafuta makosa kwa kile kilichompa mamlaka ya kunena. "Ushuhuda wako haukubaliki kwa kuwa unajishuhudia mwenyewe," walisema; au kama watu wanavyoweza kusema siku hizi, "Vyema, hayo ni maoni Yako tu!" Mjadala huu umeandikwa katika Yohana 8:13-20, na unaonekana kama unavyokuwa mara nyingi siku hizi.

Ukweli unabaki kuwa huwezi kujialika mbinguni. Yesu alisema, *Ninaenda zangu, nanyi mtanitafuta, lakini mtakufa katika dhambi zenu. Niendako mimi ninyi hamwezi kuja* (Yohana 8:21).

Viongozi wa kidini walikuwa na hakika kuwa walikuwa wanaenda mbinguni (kama vile Wamarekani wengi wanavyoamini leo), kwa hivyo wakasema, "Tunaenda mbinguni. Ikiwa hatuwezi kwenda aendako, ni lazima awe anaenda mahali pengine; labda anaenda kujiua."

Akawaambia, *Ninyi mmetoka chini, mimi nimetoka juu. Ninyi ni wa ulimwengu huu, mimi si wa ulimwengu huu* (Yohana 8:23). Anasema, "Dunia ni makao yenu. Mbinguni sio makao yenu. Mbinguni ni makao yangu. Mimi si wa hapa duniani." Kuna tofauti kubwa sana kati yetu na Yesu. Mbinguni sio makao yetu.

Mtu akibisha mlango wa nyumba yako, na ukafungua mlango na kumpata mtu usiyemjua. Hujawahi kumuona hapo awali. Kabla hujasema lolote, anasukuma mlango wazi, anakusukuma na kukupita, anapanda ngazi na kwenda kwenye chumba cha juu, na kuanza kupakua vitu vyake kwenye mojawapo ya vyumba vya kulala.

Unamuuliza, "Unafanya nini?"

Anasema, "Hii ni nyumba nzuri, na nimeamua kuishi hapa."

Unasimama pale kwa mshangao mkubwa, na unasema, "Samahani, lakini hii ni nyumba yangu. Ikiwa hutaondoka sasa hivi, nitapigia simu polisi."

Ukinikaribisha nyumbani kwako, ninaweza kukaa huko kama mgeni wako, lakini sina haki ya kukaa nyumbani kwako ikiwa hujanialika. Ni suala la mwaliko wako kabisa. Ikiwa nitakaa hapo, itakuwa kwa mapenzi yako. Mbinguni ni makao ya Yesu, na hatuna haki nayo. Sisi ni wa hapa chini. Kule si makao yetu.

Yesu alisema, *Niliwaambia kuwa mtakufa katika dhambi zenu, kwa maana msipoamini ya kwamba 'Mimi Ndiye,' mtakufa katika dhambi zenu* (Yohana 8:24). Maana ya Kufa katika dhambi zako ni kuwa na dhambi zako unapokufa. Hebu fikiria mtu anayekufa. Hajui kinachotokea kwake. Anaenda mbele. Anaenda nje. Hana chaguo katika suala hilo. Anajua hawezi kurudi nyuma. Anakufa katika dhambi zake. Ana hisia hii mbaya kwamba ana hatia. Ghafla, maisha yake yote yanaangaza mbele yake na anayaona jinsi yalivyo – na yote hayaendi vyema. Maisha yake yote, amekandamiza dhamiri yake, akatenda kinyume yake, na kuificha. Ghafla inajitokeza yenyewe, na anahisi vibaya kukubali kwani anahisi kuhukumiwa. Lililo mbaya hata zaidi ni ukweli kuwa amehukumiwa mbele za Mungu na yuko chini ya laana ya Mungu dhidi ya dhambi. Anayaona haya yote sasa. Hakuwa ameyaona hapo awali, lakini ni wazi kwake sasa.

Kama vile David Martyn Lloyd-Jones alivyosema:

> Amri ambazo amezikandamiza tena na
> kuzikiuka, zinaanza kusema naye: usiue;
> usiibe; usizini; usilitaje bure jina la Bwana,
> Mungu wako; mpende Bwana, Mungu wako,
> na umtumikie yeye pekee – na hajafanya
> hivyo! Na yuko pale anakufa, na anakumbuka
> yote. Anakufa katika dhambi zake, akiwa
> amezungukwa nazo, katika anga yazo. Hiyo
> ndio hali yake. Na hapo anatazama mustakabali
> wake, na anaona miale ya jehanamu na mateso
> na taabu. Amejawa na hisia ya majuto na
> chuki kwa mambo aliyofanya. Anajichukia na

kujiona kuwa amekuwa mpumbavu. Ameishi maisha yake bila kufikiria hili – jambo hili lililo muhimu zaidi! Anaondoka kwenye maisha ya sasa na kuingia mustakabali asiojua. Na hajui, haelewi. Hakuna kinachomsaidia kwa maisha ambayo ameishi, na huko anaona mambo haya mabaya mbele yake. Na ninaamini kuwa katika wakati huo pia anapewa mtazamo wa mbinguni na utukufu, lakini anatambua kuwa hafai kwa hiyo. Ni safi, isiyo na doa, imejaa nuru, ni takatifu, na anajua hangekuwa na furaha huko. Hajawahi kufikiria kuhusu mambo hayo. Ameishi kinyume chake. Na kuna Mungu katika utukufu wake na usafi huu wote na ibada hii yote. Hapendezwi. Hajawahi kupendezwa, ila anaona kuwa ni ya ajabu na yenye utukufu, lakini hafai. Hawezi kwenda huko.[16]

> Hakuna jambo la kusikitisha zaidi kuliko kufa katika dhambi zako.

Hakuna jambo la kusikitisha zaidi kuliko kufa katika dhambi zako.

Kuna sehemu tatu katika Maandiko ambapo kifungu cha maneno *die in your sin (kufa katika dhambi yako)* au kifungu sawa vinapatikana: Ezekieli 3:20, Yohana 8:21, na Yohana 8:24.

---

16   David Martyn Lloyd-Jones, "Two Ways of Dying (Njia Mbili za Kufa)," https://www.mljtrust.org/sermons/book-of-john/two-ways-of-dying/.

Ezekieli 3:20 inasema, *Tena, mtu mwenye haki akiacha haki yake na kutenda maovu, nami nikaweka kikwazo mbele yake mtu huyo atakufa. Kwa kuwa hukumwonya, atakufa katika dhambi yake. Mambo ya haki aliyotenda, hayatakumbukwa, damu yake nitaidai mkononi mwako.*

Ezekieli aliteuliwa na Mungu kuwa mlinzi. Alikuwa na jukumu la kunena Neno la Mungu na kuwaonya watu kwa dhati. Nabii alionywa kuwa ikiwa hangepiga kengele, ikiwa hangezungumza na watu na kuwaonya kuhusu hukumu inayokuja, basi damu yao itakuwa mikononi mwake (Ezekieli 33:7-9). Kazi ya nabii katika Agano la Kale ilikuwa ya kutisha na ambayo ilihusisha wajibu mkubwa. Ilikuwa mwito ambao hakuna mtu aliyetaka. Ilimaanisha kuishi maisha ya upweke pia. Nabii alikuwa mtu wa kutangaza maangamizi na giza, ambaye kwa kawaida aliishia kufa kifo cha kuhuzunisha, kama vile nabii Isaya, aliyekatwa vipande viwili; au nabii Zekaria, aliyepigwa mawe hadi kufa; au nabii Amosi, ambaye alipigwa kwa rungu akafa – na wote walifanyiwa hivyo na watu wao wenyewe! Kwa nini? Jibu ni rahisi: watu wengi hawataki ukweli. Lo, wanaweza kusema kuwa wanataka ukweli, lakini hawawezi kuukubali. Vipindi vya maisha halisi vinaonekana kuwa maarufu sana siku hizi, lakini katika maisha halisi, ukweli haupendwi sana.

Ninaenda zangu, nanyi mtanitafuta, lakini mtakufa katika dhambi zenu. Niendako mimi ninyi hamwezi kuja. . . . Niliwaambia

> *kuwa mtakufa katika dhambi zenu, kwa*
> *maana msipoamini ya kwamba 'Mimi*
> *Ndiye,' mtakufa katika dhambi zenu*
> (Yohana 8:21, 24).

Kutoka kwa mistari hii, inaonekana kuwa kifungu cha maneno *kufa katika dhambi zako* kinamaanisha kuwa mtu, baada ya kifo cha kimwili, atabakia kuwa na dhambi zote ambazo amefanya, pamoja na matokeo na adhabu kutokana na dhambi hizo. Matokeo ni kuwa mtu huyo atapata adhabu ya milele. Kifo cha kimwili hutenganisha roho na mwili; kifo cha kiroho hutenganisha roho na Mungu.

Dhambi ni kuvunja sheria ya Mungu (1 Yohana 3:4), na dhambi hututenganisha na Mungu (Isaya 59:2). Kwa hivyo cha kusikitisha sana ni kuwa, wote wasioamini dhabihu ya Kristo watakufa katika dhambi zao. Ninasema "cha kusikitisha" kwa sababu sio lazima iwe hivyo. Sio lazima dhambi zao zihesabiwe kwao. Kumbuka kuwa haisemi kuwa watakufa *kutokana na* dhambi zao, bali *katika* dhambi zao. Dhambi zao zitahifadhiwa. Hawatawahi kuwekwa huru kutoka kwa dhambi zao na hawatapata uzima wa milele. Kwangu, hili linaumiza moyo – hasa kwa sababu ni jambo linaloweza kuepukwa.

> Kifo cha kimwili hutenganisha roho na mwili; kifo cha kiroho hutenganisha roho na Mungu.

Katika Yohana 8:21, neno *dhambi* liko katika umoja, likimaanisha kutokana na muktadha huu kuwa wangekufa na hatia yao ya kumkataa Yesu. Wangezuiwa milele wasiingie mbinguni, ambako Bwana alikuwa akienda. Ni ukweli mzito! Wale wanaokataa kumpokea Yesu kuwa Mwokozi na Bwana hawatakuwa na tumaini la kwenda mbinguni. Inatisha sana kwa mtu kufa katika dhambi zake – bila Mungu, bila Kristo, na bila tumaini milele!

Katika Yohana 8:24, neno *dhambi* liko katika wingi. Hii ina maana kuwa wale ambao hawajaokolewa watakufa na dhambi zao zote, sio ile tu ya kumkataa Yesu. Ina mantiki kusema kuwa kwa kuwa na dhambi ya kumkataa Yesu, dhambi zingine zote zinabaki.

Dhambi ni tatizo la kisheria. Kwa kuwa dhambi ni kuvunja sheria ya Mungu (1 Yohana 3:4), tunapotenda dhambi, tunabaki na matokeo yake kulingana na sheria. Yesu hakuwahi kuvunja sheria (1 Petro 2:22). Alichukua dhambi zetu (zilihamishwa kisheria) pale msalabani (1 Petro 2:24). Kwa kuwa mshahara wa dhambi ni mauti (Warumi 6:23) na kwa kuwa Yesu alikufa na dhambi hizo, na hivyo kutimiza matakwa ya sheria, kipengele cha kisheria cha deni la dhambi kinatoshelezwa katika dhabihu ya Kristo. Hiyo ndiyo maana alisema, *Yamekwisha!* (Yohana 19:30). Wote wanaopokea dhabihu ya Yesu kwa imani watahesabiwa haki kwa imani hiyo (Warumi 5:1). Kuhesabiwa haki ni tamko la kisheria la kuwa mwenye haki mbele za Mungu. Kwa hivyo, watu ambao wamemwamini Yesu wanapokufa, hawafi na dhambi zao. Wanakufa bila matokeo ya kisheria ya dhambi zao. Hata hivyo, wote ambao hawajamwamini Yesu kwa imani wataendelea kuwa na matokeo ya kisheria ya dhambi zao na watapata adhabu ifaayo kulingana na sheria.

Mtakufa katika dhambi zenu (Yohana 8:21). Umoja. Dhambi moja. Hiyo ni dhambi gani? Ni dhambi gani moja ambayo watu hawa wako katika hatari ya kufa nayo? *Niliwaambia kuwa mtakufa katika dhambi zenu* [wingi]; *kwa maana msipoamini ya kwamba 'Mimi Ndiye,' mtakufa katika dhambi zenu* [wingi] (Yohana 8:24). *Msipoamini ya kwamba 'Mimi Ndiye,'* Kutomwamini Yesu Kristo ndiyo dhambi moja inayokufanya uwe na dhambi zako zingine zote katika kifo chako pamoja nawe. Usipoamini, utakufa katika dhambi zako. Ukigeuza hilo, unapata tumaini la injili. Kutomwamini Kristo hukufanya ufe katika dhambi zako, lakini ukiamini kuwa Yesu ndiye Masihi, hutakufa katika dhambi zako.

Je, kumwamini Yesu ni muhimu sana kwa nini? Kwa sababu imani ni uhusiano wa muungano ulio hai ambao unajitoa kwa Kristo na Kristo anajitoa kwako. Kristo anakuwa Mwokozi wako na rafiki yako. Kristo anakuwa Bwana wako Mkuu, na unapokuwa wake, nyumba Yake ni yako.

Zaidi ya hayo. Yesu aliishi maisha yasiyo na dhambi. Yeye ndiye mtu wa pekee ambaye amewahi kufanya hivyo au ambaye angeweza kufanya hivyo. Aliishi na kufa bila kufanya dhambi. Biblia inatuambia kuwa *Yeye mwenyewe alizichukua dhambi zetu katika mwili wake juu ya mti* (1 Petro 2:24). *Bwana aliweka juu yake maovu yetu sisi sote.* (Isaya 53:6 NLT).

Jambo la kustaajabisha ambalo ni la kweli kwa kila mtu aliye na imani katika Yesu Kristo ni kwamba Kristo alibeba dhambi zako katika kifo chake ili kwamba wewe usizichukue katika kifo chako. Mwamini Bwana Yesu Kristo, mkubali, mpokee, na umfuate (kunyenyekea kwa mapenzi Yake) – na hutakufa katika dhambi zako. Utakufa katika Bwana! *Wamebarikiwa wafu wafao katika Bwana* (Ufunuo 14:13). Unaweza kuwa una kiu sana, lakini sio lazima ufe kutokana na kiu.

Je, tunaweza kusema nini kwa rafiki au mpendwa ambaye si muumini na anakaribia kufa? Kwa kweli nilipitia hali kama hii hivi majuzi. Nilikuwa na rafiki mpendwa, rafiki mkubwa, ambaye nimemfahamu kwa zaidi ya miaka thelathini. Tulikutana kwenye jimu ambapo nilikuwa nikifanya kazi ili kuongezea kipato cha mshahara wangu nilioupata kutoka kwenye huduma. Ingawa rafiki yangu alikuwa daktari hodari wa upasuaji na mimi nilikuwa tu mzoezaji wa kibinafsi, tulijenga heshima kubwa kati yetu, na urafiki mkubwa pia. Maneno yenye kueleweka hayataeleza vya kutosha jinsi ninavyohisi kuhusu rafiki yangu mpendwa sana, lakini ikiwa ningelazimika kutumia maneno kumfafanua, yangejumuisha maneno kama vile upendo, fadhili, ukarimu, kipaji, mcheshi, anayejali, mkaribisha-wageni, mcheshi, na mwenye huruma. Hata hivyo, mara nyingi tunapuuza kwamba alikuwa mtenda-dhambi, na kama tulivyo sisi sote, alikosa kutimiza amri takatifu ya Mungu ili kuwa pamoja Naye milele.

Baada ya sisi kuhamia Georgia miaka ishirini iliyopita ili kuanzisha kanisa, ningemtembelea rafiki yangu mwaka mzima, nikisafiri mara kwa mara kurudi Florida ili kukaa naye juma moja. Nilitazamia sana kumuona. Alikuwa amejaliwa afya njema, na ndiyo maana utambuzi wake wa kuwa na saratani ulikuja kwa mshtuko. Ulitoka pasi na sisi kutarajia. Siku moja alikuwa na maumivu yasiyo ya kawaida. Vipimo vilionyesha kuwa alikuwa na uvimbe mwingi kote mwilini mwake. Sio kwamba nadhani injili ina uhusiano wowote na Frank Sinatra, lakini mstari wake kutoka kwa wimbo wake "That's life" (Hivyo ndivyo maisha yalivyo) unatumika hapa: "You're flying high in April, shot down in May" (Unafanya vyema sana Aprili, ila mambo yanaenda mrama mwezi Mei). Nilienda kumtembelea mara moja kwani nilikuwa na maono makali kuwa ugonjwa wake ungesababisha kifo chake.

Ingawa alikuwa na karama nyingi, ukweli ulibaki kuwa alikuwa mwenye dhambi, kama sisi sote, na alihitaji sana Mwokozi. Nilikuwa nimemhubiria kihalisi kwa miaka thelathini. Siku ya mwisho nikiwa naye hospitali, nililia tu pembeni mwa kitanda chake, kwani ingawa niliomba bila kukoma, nilikuwa na hisia kali kwamba hii ingekuwa mara ya mwisho kabisa kwetu kuzungumza katika maisha haya. Hakuweza kuzungumza mengi, lakini aliweza kusikiliza na kuelewa. Bila kuzingatia machozi yangu, nilimwambia kuwa ningekuwa tayari kutambaa juu ya vioo vilivyovunjika kwa mikono na magoti yangu ili kumsikia akimwomba Mungu msamaha kwa dhambi zake na kumfanya Yesu kuwa Bwana na Mwokozi wake. Nilimwambia kuwa hiyo ndiyo njia pekee ya kwenda mbinguni na nilihitaji kujua kuwa ningemwona tena. Nilimsihi asife katika dhambi zake. Nina furaha sana kukuambia kuwa alimpokea Yesu kama Bwana na Mwokozi wake. Biblia inasema ukimkiri kwa kinywa chako na kuamini moyoni mwako ya kuwa Yesu ni Bwana, utaokoka (Warumi 10:9).

Ukweli wa mambo ni kuwa kuna matukio ya kuchagua na matukio yasiyo ya kuchagua katika maisha. Kwa mfano, kuzaliwa kwako sio tukio la kuchagua. Kifo chako ni tukio lisilo la kuchagua. Kufufuka kwako kutoka kwa wafu pia ni tukio lisilo la kuchagua. Hata hivyo, chaguo ulilonalo, linahusiana na hatima yako ya mwisho. Biblia inatuambia kuwa watu wote watafufuliwa siku ya mwisho. Wengine watafufuliwa kwa hukumu ya milele, na wengine kwa baraka ya milele. Kuna chaguo mbili – pekee.

Leo, chaguo kuu ni kubaki mchanga na kudumisha ujana wako. Tunahangaikia sana kuonekana vizuri. Wanasema kuwa umri wa miaka sitini ni umri mpya wa miaka arobaini. Ninasema kuwa hisabati yao si kweli. Ingawa mimi hufanya mazoezi na kujaribu kula chakula kizuri, mwili wangu – ikiwa ni pamoja na macho yangu – yamekuwepo kwa zaidi ya miaka sitini sasa. Hivi majuzi nilifanya uchunguzi wa macho – jambo ambalo sikuwa nimelifanya kwa muda mrefu sana. Kwa hivyo, sikushangaa nilipoambiwa kuwa nilihitaji miwani ya kusomea. Hata hivyo, nilishangaa nilipoambiwa nichague fremu itakayowekwa lenzi. Niliangalia juu, na kwa mshangao wangu, nikaona mamia ya fremu za kuchagua. Sifurahii kufanya chaguo za aina hii. Laiti kungekuwa na fremu mbili tu ukutani – moja nyeusi na nyingine nyeupe. Hii ndiyo sababu ninaipenda Biblia sana. Mungu aliturahisishia sana. Una Mungu na Shetani. Una haki na uovu, au ukweli na uongo. Unayo njia nyembamba iendayo uzimani na njia pana iendayo mautini. Una mbinguni na jehanamu. Una chaguo rahisi la kuchagua fremu nyeupe au nyeusi.

Ninakusihi ufikirie kuhusu hatima yako ya mwisho na wokovu, au ukosefu wa wokovu. Miaka elfu tatu iliyopita, Biblia ilitufahamisha kuwa maisha yetu ni miaka sabini au pengine themanini (Zaburi 90:10), na *na baada ya kufa akabili hukumu* (Waebrania 9:27). Kwa kiwango cha milele, miaka sabini hadi themanini ni kipindi kidogo sana. Biblia inasema kuwa siku moja ni kama miaka elfu kwa Bwana, na miaka elfu ni kama siku moja (2 Petro 3:8). Kwa hivyo tukitumia mlinganyo sahili wa aljebra, maisha yetu ni kama saa moja na nusu kwa kipimo cha milele.

Huu ndio ukweli: ikiwa hujawahi kutubu dhambi zako na hujawahi kumpokea Yesu kwa msamaha wa dhambi zako, basi ninaomba kwamba hii iwe siku ya wokovu wako.

Yesu alisema, *Mimi ni nuru ya ulimwengu. Mtu yeyote akinifuata hatatembea gizani kamwe, bali atakuwa na nuru ya uzima* (Yohana 8:12).

Kuna ulimwengu ambao ni giza sana kwa sababu Yesu hayupo. Pia, kuna ulimwengu ambao umejaa upendo, amani, na furaha kwa sababu Yesu ndiye nuru yake. Yesu alikufa kwa ajili ya wenye dhambi kama wewe na mimi.

> **Yesu alibeba dhambi za wengine katika Kifo Chake ili usilazimike kuzichukua katika kifo chako.**

Muombe akurehemu. Muombe akusamehe na akusafishe. Yesu alibeba dhambi za wengine katika Kifo Chake ili usilazimike kuzichukua katika kifo chako.

Je, itakuwaje kwako leo? Je, unamfuata Yesu? Je, unaamini kuwa Yeye ndiye Masihi, Mwokozi wa ulimwengu?

Tuseme watu wawili wangekufa kwa mshtuko wa moyo: mmoja afe katika dhambi zake na mwingine afe katika Bwana. Je, wewe ungekuwa yupi? Wanawake wawili wangekufa katika ajali za gari: mmoja afe katika dhambi zake na mwingine afe katika Bwana. Je, wewe ungekuwa yupi? Ikiwa ungekufa usiku wa leo, je, ungekufa katika dhambi zako au ungekufa katika Bwana?

MWIZI MSALABANI

Wanaume wawili, wote wahalifu, walitolewa nje ya gereza ili wauawe pamoja na Yesu. Walipofika mahali paitwapo Fuvu la Kichwa, Yesu alikuwa amesulubiwa msalabani. Wahalifu hao wawili pia walisulubiwa – mmoja upande wake wa kuume na mwingine upande wake wa kushoto. Yesu alisema, *Baba, wasamehe, kwa maana hawajui walitendalo* (Luka 23:34). Askari hao wakagawana nguo zake kwa kupiga kura.

Umati ulimtazama na viongozi wakamdhihaki. *"Aliokoa wengine! Ajiokoe mwenyewe basi, kama yeye ndiye Kristo wa Mungu, Mteule wake"* (Luka 23:35). Askari nao wakaja, wakamdhihaki. Wakamletea siki ili anywe na wakamwambia, *Kama wewe ni Mfalme wa Wayahudi, jiokoe mwenyewe!* (Luka 23:37). Ishara ilifungwa juu ya kichwa chake yenye maneno haya: *Huyu ndiye mfalme wa Wayahudi* (Luka 23:38).

Mmoja wa wale wahalifu waliosulubiwa pamoja naye akamtukana, akasema, *Wewe si ndiye Kristo? Jiokoe mwenyewe na utuokoe na sisi!* (Luka 23:39). Lakini yule mhalifu mwingine akamkemea mwenzake, akasema, *Je, wewe humwogopi Mungu, wakati uko kwenye adhabu iyo hiyo? Sisi tumehukumiwa kwa haki kwa kuwa tunapata tunayostahili kwa ajili ya matendo yetu. Lakini huyu mtu hajafanya kosa lolote.* Kisha akasema, *Yesu, unikumbuke utakapokuja katika Ufalme wako.* (Luka 23:40-42 NLT).

Yesu akamjibu, "Amin, nakuambia, leo hii utakuwa pamoja nami Paradiso" (Luka 23:43 NLT).

Msalabani ni mahali ambapo upendo na haki zilikutana – ambapo wanadamu wote wamepimwa na kupatikana kuwa duni. Huko Yesu alining'inia akiwa amenyoosha mikono, akiteseka kwa ajili ya kurejea kwa aliyepotea. Kila upande walining'inia wezi wawili, wakisumbuka kati ya uzima na kifo, kati ya mbingu na kuzimu – hadi mmoja wao akasema, *Yesu, unikumbuke utakapokuja katika Ufalme wako.*

Jambo linaloshangaza ni kuwa haya yalikuwa maneno ya mwisho kabisa ambayo Yesu alisikia kabla ya kufa kwake. Hayakuwa maneno kutoka kwa kiongozi wa kidini au kutoka kwa mmoja wa wanafunzi Wake, lakini kutoka kwa mhalifu wa kawaida. Maneno hayo yana maana ya kusema, "Usinisahau," na kwa kudokeza, yanamaanisha, "Tafadhali nichukue unakoenda." Kwa maneno haya, *Amin, nakuambia, leo hii utakuwa pamoja nami Paradiso*, yule mhalifu wa kawaida aliinuliwa kutoka msalabani hadi mikono ya upendo ya Mwokozi.

Hatujui mengi kuhusu mwizi huyo. Tunajua kutokana na simulizi la Mathayo kwamba alimdhihaki Yesu pamoja na umati:

Vivyo hivyo, viongozi wa makuhani, walimu wa sheria pamoja na wazee wakamdhihaki wakisema "Aliwaokoa wengine, lakini hawezi kujiokoa mwenyewe! Yeye ni Mfalme wa Israeli, sivyo? Ashuke sasa kutoka msalabani, nasi tutamwamini! Anamwamini Mungu, basi Mungu na amwokoe sasa kama anamtaka! Kwa maana alisema, 'Mimi ni Mwana wa Mungu.'" Hata wale wanyang'anyi waliosulubiwa pamoja naye wakamtukana vivyo hivyo. (Mathayo 27:41-44 NLT)

Hapa kuna swali kuu: Je, nini ilisababisha mwizi mmoja kumtetea Yesu na kuwa na unyenyekevu wa kunyenyekea kwake? Aliona kitu ambacho hakuwahi kuona hapo awali na hakuwahi hata kukisikia. Walipomtusi Yesu, Yeye hakuwajibu. Yesu alipoteseka, hakutoa vitisho. Badala yake, alijikabidhi kwa Mungu, ambaye anahukumu kwa haki. Katikati ya maumivu makali sana ambayo mwanadamu amewahi kupata, na alipokuwa akiteseka kwa ajili ya makosa ya wengine, Aliomba mahakama kuu zaidi mbinguni na kusema, *Baba, wasamehe, kwa maana hawajui walitendalo* (Luka 23:34).

Mwizi alistaajabu. Aligeuza kichwa chake kumwelekea Yesu, na ninafikiri wakaonana macho kwa macho.

Alihisi kana kwamba Yesu angeweza kuona hadi ndani kabisa ya nafsi yake. Alihisi kana kwamba Yesu alimjua vizuri zaidi kuliko alivyojijua mwenyewe, na kila kitu kilikuwa wazi. Wakati huo, kila kitu kilisimama. Machoni pa Yesu, mwizi hakuona chuki, dharau, na hukumu. Aliona jambo moja tu: msamaha. Wakati huo, mwizi alitambua kuwa Yesu hakuwa mtu wa kawaida.

Mwizi huyo hakujua mengi kuhusu theolojia. Hata hivyo, alijua kuwa Yesu alikuwa mfalme, kwamba ufalme Wake haukuwa wa ulimwengu huu, na kwamba mfalme huyu alikuwa na uwezo wa kuwaingiza hata watu wasiostahili kabisa katika ufalme Wake. Katika wakati wa karibu sana na Mwokozi, deni la maisha yote lilifutwa.

Inashangaza kufikiria kuhusu hili. Katikati ya dhihaka ya fedheha za umati na uchungu mkubwa wa kusulubiwa, Yesu alikuwa angali anaendelea na kazi Yake ya kuwatafuta na kuwaokoa waliopotea (Luka 19:10). Habari njema ni kwamba Yesu angali anaendelea na kazi Yake hata sasa. Kama yule mwizi, sote tumeiba vitu vingi. Wakati ambao tumepaza sauti zetu kwa hasira, tumeiba amani ya

> Sisi sote tunasimama mbele za Bwana dhambi zetu za wizi wetu zikiwa wazi. Sisi sote tuna hatia.

mtu mwingine. Wakati ambao tumekuwa na mawazo potovu, tumeiba heshima ya wengine. Wakati ambao tumeumiza hisia za mtu, tumeiba kujithamini kwao. Wakati ambao tumezungumza ukweli bila upendo, tunaweza kuwa tumeiba kutoka kwa ufalme kwa kusukuma roho mbali zaidi na mipaka ya paradiso.

Sisi sote tunasimama mbele za Bwana dhambi zetu za wizi zikiwa wazi. Sisi sote tuna hatia. Ikiwa hujafanya hivyo, ungama yote kwa yule pekee anayeweza kuyachukua yote. Kwa nini ufe katika dhambi zako? Mruhusu aisafishe roho yako, na ujazwe na nguvu kutoka juu – nguvu ambazo zinazoweza kubadilisha moyo wako, na kubadilisha ulimwengu pia. Mwambie Bwana Yesu akukumbuke, nawe pia utakuwa pamoja naye kwenye paradiso.

HUFAI KUFA KATIKA DHAMBI ZAKO

Mungu ni mwema kabisa, mwenye upendo kamili, mzuri, na wa kweli kabisa – na sifa hizi huendelea kutiririka kutoka Kwake. Upendo, neema, wema, na uzuri wa Bwana ulikuwa mwingi sana hivi kwamba ulitiririka kutoka Kwake katika uumbaji mzuri wa ulimwengu. Mungu aliuumba ulimwengu huu mzuri sana, na kama taji la utukufu wa kazi Yake njema, Aliwaumba watu kwa mfano Wake ili waweze kushiriki katika upendo, neema, na wema Wake.

Mungu alipowaumba watu, aliwapa pia uhuru wa kuchagua, kwa kuwa upendo unaruhusu mtu anayepokea upendo huo kufanya maamuzi. Roboti, kompyuta na mashine ndizo pekee hazina chaguo. Mungu alitupa chaguo la kupokea na kuishi katika upendo wake au kuukataa. Kuwapa watu uhuru wa kuchagua kuliheshimu chaguo lao na kutambua sura ya Mungu ndani yao. Baada ya Mungu kuwaumba wanadamu wa kwanza, Adamu na Hawa, aliwaambia kwamba kila kitu kilichokuwa kilikuwa kwa ajili yao, lakini kulikuwa na jambo moja tu ambalo hawakupaswa kulifanya. Hawakupaswa kula matunda ya mti mmoja tu katika bustani. Cha kusikitisha ni kwamba, walipojaribiwa, walianguka kwa jaribu hilo, na wakavuka mipaka. Haikusababisha tu hisia ya utengano, majuto, aibu, na, lililo baya zaidi, hatia, bali ilifungua pia mlango wa dhambi zaidi, ambayo ingesababisha ulimwengu wetu kuharibika, jambo ambalo limeendelea tangu wakati huo.

Lakini huu sio mwisho wa hadithi. Mungu si mwema na mwenye upendo tu, bali ni mwenye kujua yote na mwenye uwezo wote pia. Mungu hakujibu tu, lakini alikuwa tayari – akiwa na mpango aliokuwa nao kabla ya kuweka misingi ya ulimwengu. Mungu hakutaka watu waishi katika hali ya kuvunjika, giza, na kutengwa na Yeye, kwa hivyo alifanya mpango ambao ungerekebisha ulimwengu uliovunjika ili watu waweze kusamehewa, kuponywa, kurejeshwa, na kufanywa kuwa wakamilifu. Yesu Masihi, Mungu kamili, alifanyika mwanadamu kamili na alionyesha watu upendo wa Mungu katika dhabihu yake msalabani. Yesu alitoa uhai wake kwa hiari kama dhabihu ya kulipia dhambi zetu. Baada ya siku tatu, Yesu alifufuka kutoka kwa wafu, na kuonyesha uwezo mkuu wa Mungu juu ya dhambi na kifo, na pia kutujulisha kuwa tukiamini, sisi pia, tatafufuliwa wakati ufalme utakapokuja.

Watu bado wanakufa kimwili, lakini kwa sababu Yesu alishinda dhambi na kifo, wafuasi wa Yesu watapata uzima wa milele pamoja Naye baada ya kifo chao cha kimwili. Miili yao inaweza kufa, lakini watafufuliwa katika uzima wa milele pamoja na Yesu.

Nilikuwa nikiona ishara katika sehemu nyingi tofauti zilizosema "Yohana 3:16." Niliziona kwenye viwanja vya Olimpiki, viwanja vya michezo, mabango, n.k. Nikiwa mvulana aliyelelewa katika Dini ya Kiyahudi ya Othodoksi, sikujua ilimaanisha nini au ilikuwa inarejelea nini. Lakini sasa kama muumini, ningesema kwamba pengine ndiyo sentensi maarufu zaidi katika fasihi zote. Inasema, *Kwa maana jinsi hii Mungu aliupenda ulimwengu hata akamtoa Mwanawe wa pekee, ili kila mtu amwaminiye asipotee, bali awe na uzima wa milele.*

Unaposita na kufikiria juu ya hili, inashangaza sana, kwa kuwa ni fadhili za Mungu zinazotuongoza kwenye toba (Warumi 2:4). Mstari unaofuata Yohana 3:16 haujulikani sana, lakini ni muhimu vile vile. Yohana 3:17 unasema, *Kwa maana Mungu hakumtuma Mwanawe kuuhukumu ulimwengu, bali kupitia kwake ulimwengu upate kuokolewa.*

> Mungu ameweka juhudi kubwa na kugharamika pakubwa kabisa ili kumwokoa mwanadamu.

Mungu si mtawala mkali na mkatili anayetamani kutoa hasira Yake juu ya wanadamu. Badala yake, moyo Wake umejaa huruma, na ameweka juhudi na gharama kubwa kabisa ili kuwaokoa. Angemtuma Mwanawe ulimwenguni ili auhukumu ulimwengu, lakini hakufanya hivyo. Badala yake, alimtuma ateseke, amwage damu, na kufa ili ulimwengu upate kuokolewa kupitia Yeye. Kazi ya Yesu msalabani ilikuwa ya thamani kubwa sana hivi kwamba wenye dhambi wote kila mahali wanaweza kuokolewa ikiwa watampokea.

Nilitumia miaka kadhaa kuokoa watu wanaozama majini. Sijui kama kuna mtu yeyote ambaye hangenyoosha mkono wake kwa mwokoaji ili kuokolewa ikiwa alikuwa anazama. Jambo muhimu kwa hili ni kwanza kutambua kuwa unazama. Watu wengi wanafanya vyema machoni mwao wenyewe kiasi cha kwamba hawajioni kuwa wanazama ndani ya maji. Wanajiamini sana hivi kwamba hawatakubali kuwa wanazama majini kwa mara ya tatu, kwa hivyo wanakataa kuitana kwa sauti, "Niokoe!" Usingoje hadi uwe kwenye kitanda chako cha kufa ili kumtafuta mwokozi. Ninakusihi leo umpokee Yesu maishani mwako. Yeye ndiye mwokozi pekee ambaye unamhitaji sana. Tafadhali ungama dhambi zako, amini moyoni mwako kwamba Yesu alikufa kwa ajili yako, na ukiri kwa kinywa chako kwamba Yesu ni Bwana na Mwokozi. Hutakuwa na uzima wa milele katika ulimwengu ujao tu, bali utakuwa na uzima tele hapa na sasa. Tafadhali usife katika dhambi zako!

Let's Make a Deal (Tufanye Biashara ili Kupata Faida Kubwa) ni kipindi cha mchezo wa televisheni ambacho kilionyeshwa kwa mara ya kwanza nchini Marekani mwaka wa 1963 na tangu wakati huo kimeigwa katika mataifa mengi duniani kote. Nilipokuwa mvulana mdogo, tulikuwa na chaneli tatu tu za kutazama vipindi vya televisheni. Vipindi hivi vya michezo vilikuwa vya kufurahisha sana kutazama, na niliegemea kuunga mkono sana yule ambaye hakuwa na uwezekano mkubwa wa kushinda, kama nifanyavyo hadi sasa.

Muundo wa *Let's Make a Deal* unajumuisha kiongozi kuingiliana na washiriki waliochaguliwa kutoka kwa hadhira, wanaojulikana kama "wafanyabiashara." Kwa kawaida, mfanyabiashara hupewa kitu cha thamani na kisha anakabiliwa na uamuzi wa kukiweka au kubadilishana na kitu kisichojulikana. Kiini cha mchezo kimo katika fumbo hili - mfanyabiashara hajui ikiwa bidhaa iliyofichwa ina thamani sawa au zaidi, au ikiwa ni "zonki," maana yake ni zawadi ya thamani ndogo au isiyo na thamani kwa mfanyabiashara.

Mwishoni mwa onyesho, mtangazaji huchagua watu watatu ambao wako tayari kutoa zawadi zao ili kujaribu kufanya biashara ili kupata "faida kubwa ya siku." Kila mshindani anayekubali atachagua mojawapo ya milango mitatu inayotolewa. Kiongozi anauliza mshindani wa kwanza, "Je, unataka mlango wa kwanza, wa pili, au wa tatu?" Mshindani anayefuata anachagua kati ya milango miwili iliyosalia, na mshindani wa mwisho anapewa mlango pekee uliosalia. Kwa bahati mbaya kwa mtu mmoja, nyuma ya mojawapo ya milango daima huwa na zonki (maana yake kuna kitu kisicho na thamani) au zawadi ya mshindani anayekuwa wa mwisho katika mashindano.

Hata hivyo, kwa Mungu, tunajua yaliyo nyuma ya milango hiyo, na chaguo ni rahisi zaidi kwa sababu kuna milango miwili tu ya kuchagua. Ukichagua mlango wa kwanza, unampata Yesu kama dhabihu yako kwa ajili ya ondoleo la dhambi zako, na unapata faida kubwa, si ya siku moja tu, bali ya umilele wote. Ukichagua mlango wa pili, humpati Yesu na dhabihu Yake kwa ajili ya ondoleo la dhambi zako, lakini unakufa katika dhambi zako kwa umilele wote – unapata "zonk," ambayo ni zawadi hafifu kabisa.

Najua inaonekana kuwa rahisi sana, lakini unapokubali kwa hakika makosa yako na ubinafsi wako, na unapokubali uchungu na mateso ambayo umewasababishia wengine, unakuwa na hisia za hatia, jambo ambalo ni nzuri – kwa maana hii inakuongoza kwenye toba na mabadiliko. Njoo mbele za Mungu na uliamini neno lake kwamba atakuosha na kukupa moyo mpya. Muujiza hutokea unapochagua kumfuata. Atakubadilisha kwa ukamilifu. Atakutia nguvu na kukuelekeza ili uweze kutoka kuwa zonk (mtu asiye na thamani) hadi kuwa faida Yake kuu – si sana kwa utukufu wako mwenyewe, lakini katika suala la kutumiwa Naye kubadilisha hali ya kiroho ya ulimwengu mzima.

Usiniulize anafanyaje hivyo. Kuna mambo ambayo hayaelezeki, mafumbo ambayo ni magumu sana kueleweka, na hali za kushangaza ambazo hutatanisha hata wenye akili nyingi. Ninachojua ni kuwa nilikuwa nimejawa na ubinafsi, nilijishughulisha na mambo yangu binafsi, na sasa ninaishi kwa ajili ya wengine, na hata kuwazingatia watu wengine mbele yangu. Mabadiliko makubwa yametokea ndani yangu, na ninayapenda! Tafadhali chagua mlango wa kwanza – na usife katika dhambi zako!

KUHUSU MWANDISHI

Rabi Greg Hershberg alizaliwa katika Jiji la New York na kulelewa katika Dini ya Kiyahudi ya Kiothodoksi. Alihitimu kutoka Chuo Kikuu cha Pace, Magna Cum Laude na baadaye akamiliki na kuendesha kampuni ya kutafuta wafanyakazi huko New York City, akibobea katika sekta ya benki na fedha. Mnamo 1989, alimuoa Bernadette na alipokuwa kwenye fungate huko Israeli alitembelewa na Bwana na kugeuza moyo wake kumtumikia Mungu.

Mnamo 1992, Rabi Greg alijihusisha na Vuguvugu la Kimasihi la Kiyahudi na alitawazwa kupitia Jumuiya ya Kimataifa ya Mashirika ya Kimasihi na Masinagogi (IAMCS). Akawa kiongozi wa Ushirika wa Kimasihi la Beth Yuda. Mnamo 2002, Bwana alimhamisha Rabi Greg na familia yake hadi Macon, Georgia, kuongoza Ushirika wa Beth Yeshua.

Huduma hiyo ilienea duniani kote mwaka wa 2010 na Shirika la Beth Yeshua likawa Beth Yeshua International (BYI). Ushirika wa eneo la mbele ya duka ulibadilika na kuwa kituo cha huduma/mafunzo cha kimataifa huko Macon, Georgia, pamoja na ushirika na shule nchini India, Kenya, Ethiopia, Australia, Ujerumani, Israeli, na kote Marekani. Vilevile, jumbe za Rabi Greg zinatiririshwa moja kwa moja ulimwenguni kote.

Kwa sasa Rabi Greg anaishi Macon, Georgia, pamoja na mke wake, Bernadette, na watoto wao wanne. Maelezo zaidi kuhusu Rabi Greg yanaweza kupatikana katika wasifu wake, *From The Projects To The Palace (Kutoka kwa Miradi Hadi Kwenye Ikulu)*.

www.bethyeshuainternational.com